వీర విశాల్ © (నిజమైన వీరుడు)

(పారానార్మల్ అర్బన్ ఫిక్షన్ స్టోరీ)

MANTRI PRAGADA
MARKANDEYULU, Litt·D·,

Poet, Novelist, Song and Story Writer
B. Com, DBM, PGDCA, DCP,
(Visited Nairobi-Kenya, East Africa)

వీర విశాల్ ©
(నిజమైన వీరుడు)

(పారానార్మల్ అర్బన్ ఫిక్షన్ స్టోరీ)

MANTRI PRAGDA MARKANDEYULU
+91-9951038802
mrkndyl@gmail.com
HYDERABAD - INDIA

MANTRI PRAGADA MARKANDEYULU, Litt·D·,

Poet, Novelist, Song and Story Writer
B. Com, DBM, PGDCA, DCP,
(Visited Nairobi-Kenya, East Africa)

- Rabindranath Tagore Memorial Award.
- CESAR VALLEJO AWARD 2021, UHE, Peru for Literary Excellence
- The Silver Shield Award from UHE, Peru for my Literary Excellence 2021.
- 2021 GOLDEN EAGLE WORLD AWARD FOR LITERARY EXCELLENCE, HISPAN WORLD WRITERS' UNION Peru
- Gujarat Sahitya Academy and Motivational Strips LITERARY EXCELLENCE Honor
- "Royal Kutai Mulawarman Peace International Institute, Philippines"
- Royal Success International Book of Records 2019 Honor, Hyderabad-India
- Institute of Scholars Research Excellence Award-2020, Bangalore (India)
- Gujarat Sahitya Academy and Motivational Strips 2020, Gujarat-India
- Hon. Doctorate in Literature from ITMUT, Brazil. (2019)
- Literary Brigadier (2018) from Story Mirror, Mumbai, India
- Spotlight Superstar (2018) from Story Mirror, Mumbai, India
- Golden Ambassador General for Development and Peace at World

Peoples Forum @ TWPF/BTYA, Bangladesh
- *State of Birland at Bir Tawil Recognized Poet*
- *RKMPII Nobility Award 2021*
- *RKMPII HEART OF GOLD NOBLES Certificate 2021*
- *ISFFDGUN Internationally Accredited Certificate 2021.*
- *Dr. Sarvepalli Radhakrishnan Ratan Award 2021 – WHRC*
- *Mahatma Gandhi Humanity Award 2021 – WHRC*

Plot 37, Anupuram, ECIL Post,
Hyderabad – 500062 - Telangana State (INDIA)
Email: mrkndyl@gmail.com

+91-9951038802
+91-8186945103
Twitter: @mrkndyl68

ABOUT THE AUTHOR:

Mantri Pragada Markandeyulu, Bachelor of Commerce (B Com), Diploma in Business Management (DBM), Post Graduate Diploma in Computer Applications (PGDCA), Diploma in Computer and Commercial Practice (DCCP) is the Author and Writer.

He is a retired Public Sector Undertaking Officer and Trainer in Management Programs. His books are published as follows:

Books in English:

THE BANK THIEF
SUPER HEROES (Great Warriors)
RICH MIND (SELF-GROWTH & WELL-BEING)
TUNE, SING AND DANCE POEMS
SOUND OF SONG
SUCCESS KNOW-HOW
Rani, IPS (English)
THE CRAZY BEGGARS
ENTANGLEMENTS (13 Stories)
ENGLISH SONGS LYRICS,
Special Quotations (80 Photos)
ANIMAL STORIES FOR KIDS
THE DEAD AND GHOSTS
Class 1 - 8 COMPUTER LEARNING

TELUGU BOOKS:

రావే రావే బాల
మోహిని
బావంటే బావ
గ్లేమర్
రాణి, IPS (Telugu)
తెలుగు పాటలు
వీర విశాల్ ©
దయ్యాల గోల
మినిష్టర్ ప్రేమ్
ముళ్ళబాట
చిట్టి కథల లోకం
బుజ్జాయికి చిట్టి కథలు
పసందైన బాలల కథలు
సామెతలు Sametalu

Many Honours received from international groups.

వీర విశాల్ ©

(నిజమైన వీరుడు)

(పారానార్మల్ అర్బన్ ఫిక్షన్ స్టోరీ)

(This story is also written in English)

జీవితం అంటే ఏమిటి:

"కవచాలు, ఆర్టిలరీలు, మందుగుండు సామాగ్రి మరియు సైనికులు లేకుండా, యుద్ధభూమిలో పోరాడాలి. ఇది మానవాళికి, మానవాళికి మరియు సార్వత్రిక శాంతికి జీవితం. వైద్యులు సైనికులతో

సమానంగా గొప్పవారు. మనమందరం వైద్యులను గౌరవిద్దాం, జవాన్లతో సమానంగా గౌరవిద్దాం. రైతులు."

యుద్ధభూమి:

యుద్ధభూమి సీన్ కథ రాయడం పూర్తి అనుభవం కావాలి మరియు కష్టమైన పని. అనేక యుద్ధ కథలు చదవాలి, వార్తాపత్రికలు, టీవీలు, మీడియా ఛానెల్‌లు మరియు హాలీవుడ్ సినిమాలు చదువుతున్నప్పుడు యుద్ధ సన్నివేశాలపై చాలా పరిశోధనలు చేయాలి. అలా చేయడం ద్వారా, ఒక మంచి అనుభవం మరియు యుద్ధ సన్నివేశాలు, యుద్ధ సన్నివేశాలు మొదలైనవి రాయడంలో అర్థం చేసుకోవాలి. అనేక యుద్ధాలు జరిగాయి. మరియు అనేక యుద్ధాలను చూసింది. యుద్ధ వార్తలన్నీ ఆసక్తిగా చదివి అర్థం చేసుకున్నాను. యుద్ధం, యుద్ధ సన్నివేశాలు వంటి పెద్ద సబ్జెక్ట్‌లు రాయడానికి సమయం పడుతుంది. యుద్ధాలు, దక్షిణ వియత్నాం మరియు ఉత్తర వియత్నాం యుద్ధం, తూర్పు జర్మనీ మరియు పశ్చిమ జర్మనీ యుద్ధం, (ఇప్పుడు జర్మనీ), UN అలీడ్ ఫోర్సెస్ vs

ఇరాక్ యుద్ధం, ఇరాన్ vs ఇరాక్ యుద్ధం, UN దళాల ద్వారా శ్రీలంకలో యుద్ధం వంటి అంతర్జాతీయ వార్తలను కూడా అధ్యయనం చేయాలి. , పాకిస్తాన్ యుద్ధం, చైనా యుద్ధం, క్యూబాలో యుద్ధం మరియు అనేక యుద్ధాలు. నేను వార్ సీన్స్ మరియు ఈ వార్ లాంటి సబ్జెక్ట్ రాయడంలో మంచి అనుభవం సంపాదించాను మరియు ఇది చాలా ఆసక్తికరమైన సబ్జెక్ట్. యుద్ధం లాంటి ప్రాంతాలలో ఒకరితో ఒకరు ఎలా పోరాడటం మరియు ఎదుర్కోవడం మరియు అలాంటి సన్నివేశాలను ప్రదర్శించడం అనేది మంచి ప్రయత్నం. ప్రమాదకరమైన యుద్ధాల్లో ప్రజలు ఎలా బాధపడుతున్నారు, శాంతి మిషన్లు, ఆరోగ్య ప్రమాదకర చికిత్సలు, రెడ్‌క్రాస్ వంటి వివిధ నోడల్ ఏజెన్సీల వైద్య శిబిరాలు, ఆర్థిక సహాయంతో WHO, మొదలైనవాటిలో ప్రజలు ఎలా బాధపడుతున్నారు. క్షిపణులు ఎగురుతాయి, తుపాకీ కాల్పులు, బాంబులు, ముఖ్యంగా సైనిక శిబిరాలపై అన్ని ముఖ్యమైన సంస్థాపనలు, జెట్ల ద్వారా దాడులు, యుద్ధనౌకలను పగులగొట్టడం, భవనాలు కూలిపోవడం, ప్రాణ నష్టం, గాయాలు, ప్రజల కష్టాలు,

ప్రజలు చనిపోవడం, అమాయకులు మరియు పిల్లలు ప్రాణాలు కోల్పోతారు, ఆహారం లేదు. , ఆకలి, ఆశ్రయాలు లేవు, దుస్తులు లేవు, నిస్సహాయ పరిస్థితులు యుద్ధంలో కథలాగా ఉంటాయి.

కథ సారాంశం:

ఈ అంశంలో, కథ "కింగ్ కాంగ్ రాజ్ ప్లానెట్ అండ్ ది వారియర్" (ఒక నిజమైన హీరో), వాస్తవానికి ఒక యుద్ధ కథ, దాని పాత రోజు కత్తి పోరాటాలు, బాకులు, బాణాలు మరియు పదునైన అంచుల ఆయుధాలతో పోరాడడం, మాయ, మంత్రం మరియు తంత్రం మొదలైనవి. ఇది "కింగ్ కాంగ్ రాజ్ ప్లానెట్" అనే ప్లానెట్‌లో జరిగిన యుద్ధ కథ. ఈ కథలో పోరాటాలు, ప్రేమ, యుద్ధం, ప్రతీకారం మరియు దుష్ట రాజుపై యుద్ధంలో గెలుపొందడం వంటి అంశాలన్నీ ఉన్నాయి.

"కింగ్ కాంగ్ రాజ్ ప్లానెట్" అని పిలువబడే ఒక గ్రహంలో పాలించే దుష్ట "కింగ్ కాంగ్ రాజ్". అతను తన గ్రహం మీద ఉన్న ప్రజలందరినీ ఇబ్బంది పెట్టాడు మరియు హింసిస్తాడు మరియు వారి బంగారం,

నగలు మరియు వజ్రాలను దోచుకుంటాడు. ఆ గ్రహం యొక్క ప్రజలు అతని పాలనతో విసిగిపోయారు. రాజుల భారీ సైనికులు మరియు సైన్యం మహిళలపై అత్యాచారాలు, ఆనందాలు, దోచుకోవడం మరియు వారి ఆస్తులను కూడా నాశనం చేస్తాయి. యుద్ధం కత్తి పోరాటాలు, బాకు పోరాటాలు, బాణం పోరాటాలు మరియు మాయ (భ్రమ)తో మరియు బింగ్ థింగ్‌తో కూడా జరుగుతుంది.

దుష్ట కింగ్స్ ప్లానెట్‌లో జరిగిన "మా ఆత్మలను రక్షించండి" అనే సుదీర్ఘ యుద్ధంలో, దుష్ట కింగ్ కాంగ్ రాజ్ చివరికి ఓడిపోయి మరణిస్తాడు. నిజమైన హీరో విశాల్ కూడా తీవ్రంగా గాయపడి చనిపోతాడు. మహర్షులు, రుషులు, రాణి దేవదూతలు మరియు సూర్య భగవానుడి ఆశీస్సుల మేరకు విశాల్ భూమిపై పునర్జన్మ తీసుకుంటాడు. ఇది హాలీవుడ్ తరహా సినిమా కథ.

ప్లానెట్‌లోని ప్రజలందరినీ ఇబ్బంది పెట్టాడు. కథలో దుష్ట కింగ్ కాంగ్ రాజ్ దాడులు, యుద్ధం, హత్యలు ఉన్నాయి.

విశాల్ (ది ట్రూ హీరో అండ్ ది వారియర్) కింగ్ కాంగ్ రాజ్ ఎలిమెంట్స్‌తో ఘర్షణ మరియు పోరాటాలకు ముందు, దుష్ట గ్రహం యొక్క ఈ చెడ్డ దుష్ట పాలకులు ఆనందం మరియు వినోదం పొందడం కోసం స్వర్గంలోని దేవదూతలపై క్రమం తప్పకుండా దాడి చేసేవారు. కానీ, ఏంజెల్స్ ఎట్ ది హెవెన్ కింగ్ కాంగ్ రాజ్ ఎలిమెంట్స్ నుండి ఈ దాడుల బాధలను హెవెన్‌లోని తమ బాస్‌కి నివేదించేవారు. కానీ బాస్ కింగ్ కాంగ్ రాజ్ అనుచరులతో పోరాడడంలో బలహీనంగా ఉన్నాడు. కొన్నేళ్లుగా ఈ తరహా వేధింపులు కొనసాగుతున్నాయి. విశాల్ (ది ట్రూ హీరో) మరియు అతని బృందం కింగ్ కాంగ్ రాజ్‌ను గ్రహం వద్ద నాశనం చేసి నాశనం చేయగలిగారు. ఈ అంశాలు, చెడు వ్యవస్థ మరియు మాయ (భ్రమ) కూడా ప్లానెట్‌లో పూర్తి స్వింగ్‌లో ఉన్నాయి, కింగ్ కాంగ్ రాజ్ పాలించే అంచున ఉన్నారు.

విశాల్ (ది ట్రూ హీరో) మరియు అతని సహచరులు ఈ చెడు చెడులు మరియు అంశాలను నాశనం చేయాలని నిర్ణయించుకున్నారు. విశాల్ (ది ట్రూ హీరో) అన్ని రకాల కత్తులు మరియు ఆయుధాలను కలిగి ఉన్నాడు, వాటితో

కింగ్ కాంగ్ రాజ్ను పగులగొట్టవచ్చు మరియు చెత్తలో పడేయవచ్చు. విశాల్ (ది ట్రూ హీరో) మరియు అతని బృందం ఈ దుష్ట వ్యవస్థ అంతమయ్యే వరకు పోరాడాలని నిర్ణయించుకున్నారు.

"కింగ్ కాంగ్ రాజ్ ప్లానెట్" అని పిలువబడే ఒక గ్రహాన్ని పాలించే దుష్ట "కింగ్ కాంగ్ రాజ్". అతను తన గ్రహంలోని ప్రజలందరినీ ఇబ్బంది పెట్టాడు మరియు హింసిస్తాడు మరియు వారి బంగారం, నగలు మరియు వజ్రాలను దోచుకుంటాడు. ఆ గ్రహం యొక్క ప్రజలు అతని పాలనతో విసిగిపోయారు. ఈ దుష్ట రాజు తన సొంత సైన్యాన్ని కలిగి ఉన్నాడు, అతను ఈ దుష్ట రాజుపై పైచేయి సాధించడానికి ప్రజలను తరచుగా దోచుకోవడం మరియు హింసించడం. ఈ దుష్ట రాజు సూర్య భగవానుడికి తన దృఢమైన ప్రార్థనల కారణంగా కొన్ని అతీంద్రియ శక్తులు మరియు మాయ, మంత్రం, తంత్రాలను కలిగి ఉన్నాడు. అతను "బింగ్ థింగ్" అని పిలువబడే ఒక పెద్ద చెడుగా కనిపించే వస్తువును కూడా సృష్టిస్తాడు, ఇది దుష్ట కింగ్ కాంగ్ రాజ్ చంపబడే వరకు ఎవరూ చంపలేరు లేదా నాశనం చేయలేరు. ఈ గ్రహంలోని

మహర్షులు మరియు రుషులు కూడా క్రూరత్వంతో హింసించబడ్డారు. ఈ రాజుల భారీ సైనికులు మరియు సైన్యం మహిళలపై అత్యాచారాలు, ఆనందాలు, దోచుకోవడం మరియు వారి ఆస్తులను కూడా నాశనం చేస్తుంది. యుద్ధం కత్తి పోరాటాలు, బాకు పోరాటాలు, బాణం పోరాటాలు మరియు మాయ (భ్రమ)తో మరియు బింగ్ థింగ్‌తో కూడా జరుగుతుంది.

విశాల్, గొప్ప డైనమిక్ మరియు సాహసోపేతమైన నిజమైన హీరో, కింగ్ కాంగ్ రాజ్ ప్లానెట్‌లో మరొక విభాగానికి ప్రాతినిధ్యం వహిస్తున్నాడు, అతను తన సమూహ సహచరులు మరియు మద్దతుదారులతో కలిసి కింగ్ కాంగ్ రాజ్ దుష్ట అంశాలను అధిగమించాలని కోరుకున్నాడు. విశాల్ మరియు అతని బృందం సభ్యులు కత్తియుద్ధం, రెజ్లింగ్, బాక్సింగ్‌లలో పూర్తిగా శిక్షణ పొందారు మరియు సమానంగా భారీగా మరియు బలంగా ఉన్నారు. అతను ప్లానెట్ వద్ద పాలించడానికి కాంగ్ కాంగ్ రాజ్‌ను స్వాధీనం చేసుకోవాల్సి ఉంది, వాస్తవానికి, కొన్ని సంవత్సరాలు కొనసాగుతోంది. కింగ్

కాంగ్ రాజ్ దుష్ట అంశాలు వారి 'చెడు డిజైన్లు మరియు మాయ'తో కొనసాగాయి, విశాల్ (ది ట్రూ హీరో) మరియు అతని టీమ్ అనుచరులను ఇబ్బంది పెట్టేవారు, కానీ కింగ్ కాంగ్ రాజ్ యొక్క చెడు అంశాల నుండి ప్రజలను నిరోధించడం మరియు సహాయం చేయడం మాత్రమే. కింగ్ కాంగ్ రాజ్ దుష్ట సైనికులు స్వర్గపు దేవదూతలను కూడా విడిచిపెట్టలేదు.

ఈ కథలో అనేక అంశాలు ఉన్నాయి.ఋషులు, మహర్షులు, క్వీన్స్ హీవెన్ రాణి, ఒక బింగ్ అనే వికృతరూపాకారం కల జంతువులాంటి మనిషి, మంత్రుల వికృత చేష్టలు, సూర్యుడి పూజలు, హెూమాలు, అనేక రకాల విలువిద్య, బాణాలు, గొడ్డళ్ళు, ఫైటింగ్ లు, మంత్రం తంత్ర విద్యలు, కలవు. ఈ కథ చిన్న పిల్లలకు, అన్ని వయసుల వారికీ నచ్చుతుంది. ఇంకనూ మహిళలకి బాగా నచ్చుతుందని వసిస్తున్నాను.

"ది ట్రూ హీరో" అనే ప్రత్యర్థి సమూహ నాయకుడు, విశాల్ ఎల్లప్పుడూ ప్రజలను రక్షించడానికి ప్రయత్నిస్తాడు మరియు ఈ దుష్ట కింగ్ కాంగ్ రాజ్‌తో చాలాసార్లు

పోరాడాడు, కానీ ఫలించలేదు. ఈ గ్రహంలోని మహర్షులు మరియు రుషులు మరియు క్వీన్స్ ఏంజిల్స్ యొక్క పూర్తి మద్దతు హీరోకి ఉంది సమీపంలోని గ్రహం యొక్క దేవదూతలు "క్వీన్స్ ప్లానెట్" అని పిలుస్తారు, మరియు సూర్య భగవానుడు కూడా "ది ట్రూ హీరో విశాల్"కి మద్దతు ఇస్తారు, ఇతను సూర్య భగవానుడు మరియు మహర్షులు మరియు రుషులకు గట్టి మద్దతుదారు. విశాల్ గ్రహంలోని ప్రజలందరి ఆశీర్వాదాలు, మహర్షులు, రుషులు, రాణి దేవదూతలు మరియు సూర్యదేవుని ఆశీర్వాదాలను పొందుతాడు.

దుష్ట కింగ్స్ ప్లానెట్‌లో జరిగిన "మా ఆత్మలను రక్షించండి" అనే సుదీర్ఘ యుద్ధంలో, దుష్ట కింగ్ కాంగ్ రాజ్ చివరికి ఓడిపోయి మరణిస్తాడు. నిజమైన హీరో విశాల్ కూడా తీవ్రంగా గాయపడి చనిపోతాడు.

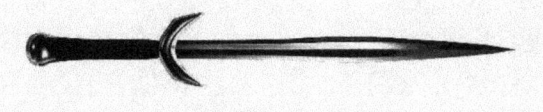

CHARACTERS:

MR. KING KONG RAJ …. Evil King

MR. VISHAL…. The Warrior
MR. ROBERT …. Righthand man to Vishal
MR. GILBERT … Minister to King Kong Raj
MR. ZUMBA … Asst. to Gilbert and Joker
MS. NAINA … Gilbert Daughter
MS. ANGELINA … Aakash 'Maya'
ADITYA … Maharshi.
And Many Maharshi's and Rushis.
Many Angels at the Queens Planet
BingThing. (An animal like rough man)

జీవిత సవాళ్లు:

జీవితం పుట్టుక నుండి మరణం వరకు అన్ని సవాళ్లతో ముడిపడి ఉంటుంది, తెలిసిన లేదా తెలియని, చిన్న లేదా పెద్ధ, అతితక్కువ లేదా పూర్తిగా లెక్కించదగిన సవాళ్లు. జీవితంలో, సవాళ్లను తీవ్రమైన సవాళ్లుగా తీసుకుంటారు, ముఖ్యంగా యువత రోజుల్లో మరియు మధ్య వయస్కుల్లో. దీనిని వయోజన దశలో

సవాళ్లు అంటారు. కానీ ఏదైనా సవాలు కోసం ప్రమాదం ఉంటుంది. ప్రమాదం లేకుండా, సవాలు లేదు. పోటీదారులను అధిగమించడానికి కొంతమంది వ్యక్తులు సవాలులో రిస్క్ తీసుకుంటారు, వ్యక్తిగత జీవితంలో లేదా వారి ఇష్టపడే రంగంలో ప్రొఫెషనల్‌గా మారవచ్చు. కొంతమంది వ్యక్తులు సవాలు చేసే మనస్సును కలిగి ఉంటారు మరియు డిఫాల్ట్‌గా జీవితంలో వివిధ సవాళ్లకు అలవాటుపడతారు. అటువంటి వ్యక్తులు ఎల్లప్పుడూ వారి జీవితంలో అభివృద్ధి చెందుతారు మరియు పేరు, కీర్తి, ఆరోగ్యం మరియు సంపదలను సంపాదిస్తారు. ఛాలెంజ్ లేకుండా, డైనమిక్ పర్సనాలిటీ కల్ట్, బోల్డ్‌నెస్, తమకు నచ్చిన ఫీల్డ్ పట్ల నిబద్ధత, జీవితం లేదు, ఎంత తక్కువ మంది మాత్రమే. కొంతమందికి, తీవ్రమైన సవాళ్లు లేకుండా జీవితం ఉండదు మరియు కొంతమంది తీవ్రమైన సవాళ్లను ఎదుర్కొంటూ తమ ప్రాణాలను కూడా కోల్పోయారు. కొంతమంది వ్యక్తులు తీవ్రమైన సవాళ్లను రిస్క్‌లతో అధిగమించి, లెజెండ్‌లుగా మారతారు.

నేర్చుకునే విషయాలు:

సర్వశక్తిమంతుని దయతో మనం ఈ భూమిపై జన్మించాము. ఇది సర్వశక్తిమంతుడి కోరిక మరియు సర్వశక్తిమంతుడి దృష్టిలో ఆడపిల్ల లేదా మగబిడ్డ అనే భేదం లేదు. సమస్త మానవులు, జీవులు, కీటకాలు, జంతువులు మరియు జీవులు మరియు అన్ని ఇతర జీవులు సర్వశక్తిమంతుడి దృష్టిలో మరియు జ్ఞానంలో సమానం. సర్వశక్తిమంతుని దృష్టిలో లింగ భేదం లేదు. ఒక లింగం ద్వారా విషయాలు నేర్చుకోవడం తప్పు కాదు మరియు ఈ భూమిపై విషయాలు నేర్చుకోవడం దేవుడు ఇచ్చిన జ్ఞానం మరియు బహుమతి మరియు ప్రకృతి పరిస్థితులను నియమిస్తుంది మరియు జీవులు కట్టుబడి ఉండాలి, దీనిని దేవుని చట్టం అంటారు. ఈ భూమిపై జీవితంలోని ప్రాథమిక అభ్యాస విషయాలు మరియు కనీస మనుగడ అంశాలు ఆటోమేటిక్‌గా డిఫాల్ట్ లివింగ్ సిస్టమ్ ద్వారా వృద్ధి చెందుతుంది. దేవుడు చేసిన మనుగడ సదుపాయం.

అంతిమ గమ్యం:

"ఎవరికైనా తల దృఢంగా మరియు గర్వంగా అనిపిస్తే, దయచేసి

స్మశానవాటికను ఒకసారి చూడండి. ఎందరో ఉన్నత మేధావులు, బలమైన మరియు ప్రభావవంతమైన వ్యక్తులు/వ్యక్తులు ఇసుకలో కలిసిపోయారు మరియు ఇసుకలో కలిసిపోయారు. మార్గం అందరికీ ఒకటే. తల దృఢంగా మరియు గర్వంగా ఉన్నవారు స్మశానవాటికలో ఎప్పటికీ రక్షించబడరు.."

ఛాలెంజ్-ఛాలెంజ్

ఓహ్ ఏమి జీవితం, ఏమి ఒక పెరుగుదల
ప్రతి సెకను జీవితానికి ఒక సవాలు
నేను ఎలా జీవిస్తాను, దేవుడు మాత్రమే చెబుతాడు
అద్భుతమైన జీవితం మరియు
అద్భుతమైన జీవితం ||

నేను ప్రత్యేకంగా ఏదో చేయాలనుకుంటున్నాను
నేను రిస్క్ లేకుండా ఎదగలేను
నేను చనిపోయినా నాకు విజయం కావాలి
నాకు ఆలోచించడం ఇష్టం, నటించడం ఇష్టం. ||

నేను ఈ ప్రపంచంలో ప్రత్యేకంగా
ఉండాలనుకుంటున్నాను
నేను ప్రమాద క్షేత్రాలను చూస్తాను.
నేను నా ప్రణాళికలను అమలు
చేయడానికి ప్రయత్నిస్తాను
నాకు కావాల్సిన గుర్తింపు, ప్రపంచం
ఇస్తుంది. ‖

నేను నైతికత యొక్క ప్రాథమికాలను
అధ్యయనం చేస్తాను
నేను జ్ఞానం యొక్క ప్రాథమికాలను
తెలుసుకోవాలి
నేను ప్రాజెక్ట్ యొక్క ప్రాథమికాలను పని
చేస్తాను
విజయం లేకుండా నేను నిద్రపోలేను. ‖

జీవితమే జీవితం, నేను స్వయంగా
వివరించలేను
జీవితం తెలియని సవాలుతో ఉంటుంది
మనస్సు నిష్క్రియంగా ఉంటే జీవితం
సోమరితనం
మీరు పదునుగా ఉన్నప్పుడే జీవితం
పదునైనది. ‖

సవాలుతో కూడిన జీవితంలో ప్రమాదాలు
కనిపిస్తాయి
రొటీన్ లైఫ్‌లో ఇబ్బందులు కనిపిస్తాయి

వృత్తి జీవితంలో ఆటంకాలు
ఎదురవుతాయి
ప్రమాదకర జీవితంలో ప్రమాదాలు
కనిపిస్తాయి. ||

జీవితం అంటే డబ్బు మరియు ఆనందం
కాదు
జీవితం అంటే కుటుంబం మరియు
పిల్లలు కాదు
జీవితమంటే నీతి, వ్యాపారం కాదు
మానవజాతికి మరియు సమాజానికి సేవ
చేయడమే జీవితం. ||

నేను సవాలు, మీరు సవాలు
సవాళ్లతో కూడిన జీవితం కోసం
జీవించండి మరియు జీవించండి
దేశం కోసం ప్రాణాలను పణంగా పెట్టండి
ఒక లక్ష్యం కోసం పని చేయండి, దేశం
కోసం జీవించండి. ||

జీవితం చక్రీయ ప్రాతిపదికన జీవితం
జీవితానికి సంబంధించి ఇతరుల కోసం
పని చేయండి
లైఫ్ షో గేమ్ కోసం గేమ్ను చూపించు
ప్రతి ఒక్కరి కోసం పని చేయండి మరియు
పని చేయండి. ||

జీవితంలో జీవిత కాలం పరిమితం
జీవిత కాలంలో భుజం మీద భారం
కుటుంబ సంబంధమైన ఆందోళనలు
తొలగిపోతాయి
మీరు విజయం సాధించినప్పుడు
గొప్పవారు అవుతారు. ||

Episode4

<u>కింగ్ కాంగ్ రాజ్, ఒక దుష్ట రాజు'</u>

"కింగ్ కాంగ్ రాజ్", ఒక దుష్ట రాజు. అతను జిత్తులమారి స్వభావం కలవాడు. అతను ఒక స్త్రీవాద. అతను ఎప్పుడూ ఇతరులను గౌరవంగా చూడడు. అతను తన స్వంత కఠినతను కలిగి ఉన్నాడు నియమాలు. అతను తన రాజ్యంలో ఏ స్త్రీని లేదా స్త్రీని స్వేచ్ఛగా తిరగడానికి ఎప్పుడూ అనుమతించడు. అతను తన సైన్యాన్ని మరియు సైనికులను ఖచ్చితంగా నియంత్రిస్తాడు. అతను తన అంతర్గత-సర్కిల్ సలహాదారులపై ఒక కన్ను వేసి ఉంచుతాడు. అతను మొత్తం "కింగ్ కాంగ్ ప్లానెట్" ను జయించి రాజ్యాన్ని తన ఇష్టం వచ్చినట్లు పాలించాలనుకుంటాడు. అతను రూపొందించిన తన రాజ్యాంగ నిబంధనలకు ఎప్పుడూ కట్టుబడి ఉండని ఇతరులను చంపేస్తాడు. ప్రత్యర్థి

బంగారం మరియు వజ్రాలను దోచుకోవడానికి అతను తన అనుచరులను అలరిస్తాడు. అతను తన అనుచరులను ఆల్కహాల్ కంటెంట్ వంటి మద్యం తాగడానికి అనుమతిస్తాడు. కింగ్ కాంగ్ రాజ్ సైనికులు అందమైన స్త్రీలను కింగ్ కాంగ్ రాజ్ వద్దకు తీసుకువస్తారు. కింగ్ కాంగ్ రాజ్ కు వ్యతిరేకంగా ఎవరు మాట్లాడినా దారుణంగా హింసించారు. "కింగ్ కాంగ్ ప్లానెట్"లో ప్రతిచోటా కింగ్ కాంగ్ రాజ్ విగ్రహాలు ఏర్పాటు చేయబడ్డాయి.

ఈ "కింగ్ కాంగ్ ప్లానెట్"లో దుర్మార్గపు పాలన కనిపించింది. ఇతర గ్రహాల నుండి, చాలా మంది వ్యక్తులు శిక్షల కోసం కింగ్ కాంగ్ ప్లానెట్కు పంపబడ్డారు. కింగ్ కాంగ్ ప్లానెట్లోని ప్రజలు బానిసలుగా జీవించాలి. కింగ్ కాంగ్ రాజ్ ఒక పరిశోధనగా రసాయన ప్రతిచర్యలతో ఆటమ్ బాంబ్ను తయారు చేయడంలో కొత్త ఆవిష్కరణలపై ప్రయోగాలు చేశాడు. ఈ ప్రయోగాలు కింగ్ కాంగ్ రాజ్ ప్రత్యర్థుల ప్రాంతంలో తరచుగా జరుగుతాయి. ఈ ప్రయోగాలు భయంకరమైనవి. ప్రయోగాలను పరీక్షించినప్పుడు, జంతువులతో సహా చాలా మంది జీవితాలు

నాశనం చేయబడ్డాయి, చంపబడ్డాయి లేదా తొలగించబడ్డాయి లేదా శాశ్వతంగా నిలిపివేయబడ్డాయి. కింగ్ కాంగ్ రాజ్ యొక్క చెడు పాలన లేదా చెడు పనులను నియంత్రించడానికి ఎవరూ లేరు. కింగ్ కాంగ్ రాజ్ ఎప్పుడూ ఎవరినీ పట్టించుకోడు. యోగ సిద్ధి మరియు మహర్షిల నుండి పొందిన తన పూర్వ జీవిత ఆశీర్వాదాలు మరియు ప్రతిఫలాల కారణంగా అతను పొందిన అతని సూపర్ పవర్స్ దీనికి కారణం. కింగ్ కాంగ్ ప్లానెట్, స్కై ల్యాండ్ ప్లానెట్ వంటి చిన్న ప్లానెట్, కింగ్ కాంగ్ రాజ్ మనుషులపై లేదా దుష్ట సైనికులపై దాడి చేయడానికి ఎవరూ సాహసించలేదు.

విశాల్ (ది ట్రూ హీరో), గొప్ప డైనమిక్ మరియు ధైర్యవంతుడైన హీరో కింగ్ కాంగ్ రాజ్ ప్లానెట్‌లోని మరొక విభాగానికి ప్రాతినిధ్యం వహిస్తాడు, అతను తన సమూహ సహచరులు మరియు మద్దతుదారులతో కలిసి కింగ్ కాంగ్ రాజ్ చెడు అంశాలను అధిగమించాలని కోరుకున్నాడు. విశాల్ మరియు అతని బృందం సభ్యులు కత్తియుద్ధం, రెజ్లింగ్, బాక్సింగ్‌లలో పూర్తిగా శిక్షణ పొందారు మరియు సమానంగా భారీగా మరియు

బలంగా ఉన్నారు. కింగ్ కాంగ్ రాజ్ చెడు ఎలిమెంట్స్ వారి 'చెడు డిజైన్లు మరియు మాయ'తో విశాల్ మరియు అతని టీమ్ అనుచరులను ఇబ్బంది పెట్టేవి. కానీ మేము నిర్వహిస్తున్నాము. కింగ్ కాంగ్ రాజ్ దుష్ట సైనికులు స్వర్గపు దేవదూతలను కూడా విడిచిపెట్టలేదు.

ఇది విశాల్ (నిజమైన హీరో) మరియు కింగ్ కాంగ్ రాజ్ వింగ్ మధ్య జరిగిన గొప్ప సంఘర్షణ మరియు పోరాటం. అయితే, విశాల్ యొక్క విభాగం చాలా దృఢంగా ఉంది మరియు కింగ్ కాంగ్ రాజ్ గవర్నెన్స్‌ను అధిగమించడానికి కట్టుబడి ఉంది. ఆ ప్లానెట్ లైఫ్ శ్రేయస్సు కోసం మంచి ప్రశాంతమైన వాతావరణాన్ని నెలకొల్పాలని విశాల్ కోరుకున్నాడు. అలాగే, హెవెన్స్ ప్లానెట్ యొక్క మంచి కోసం హెవెన్స్ ఏంజెల్స్‌తో అవగాహన కలిగి ఉండాలి. కానీ కింగ్ కాంగ్ రాజ్ ప్రత్యర్థులందరినీ ఇబ్బంది పెట్టాడు మరియు డెవిల్స్ మరియు రాక్షస్ రాజ్‌ను కలిగి ఉండటానికి పైచేయి సాధించాలని కోరుకున్నాడు.

విశాల్ మరియు అతని బృందం సభ్యులు తీవ్రమైన చర్చలు జరిపారు మరియు కింగ్

కాంగ్ రాజ్‌ని మరియు అతని సైనికులందరినీ చంపడం మరియు తొలగించడం ద్వారా కూడా అతనిని గద్దె దించాలని మాస్టర్ ప్లాన్ చేశారు. విశాల్ మరియు బృందం "స్వోర్డ్ అండ్ డాగర్స్ జాకెట్ ప్రూఫ్" మెటీరియల్‌తో సహా అన్ని రకాల కత్తులు, బాకులు మరియు ఫైటింగ్ పరికరాలతో పూర్తిగా అమర్చారు, తద్వారా యుద్ధభూమిలో ప్రాణం రక్షించబడుతుంది.

విశాల్ మరియు టీమ్ సభ్యులు రాక్షస్ కింగ్ కాంగ్ రాజ్ వైపు నుండి "మాయ మరియు జాదు" అంశాలను అడ్డుకోవడానికి ఒక ప్రణాళికను రూపొందించారు. యుద్ధంలో, చివరికి, విశాల్ కింగ్ కాంగ్ రాజ్‌ను చంపి చెడు చెడులను మరియు అంశాలను తొలగించాడు. విశాల్ స్వర్గానికి సమీపంలో ఉన్న గ్రహం వద్ద మంచి మరియు శాంతియుతమైన రాజ్‌ని స్థాపించాలని కోరుకున్నాడు, కానీ దురదృష్టవశాత్తు విశాల్ స్వర్గపు దేవదూతల ఆశీర్వాదం ప్రకారం భూగ్రహంపై జన్మించడానికి మరణించాడు.

<u>ఆత్మ విచారం</u>

ఓ ప్రభూ, నువ్వు నా హృదయంలో
ఉన్నావు
ఓ ప్రభూ, నీవు నా ఆత్మలో ఉన్నావు ॥

ఎవరికి తెలుసు, తదుపరిది ఏమిటి
ఎవరికి తెలుసు, తరువాత ఏమి
జరుగుతుంది
ఎవరూ అంచనా వేయరు, ఎవరూ
ఊహించరు
ఖచ్చితంగా, ఒక రోజు స్వంతం కాదు ॥

ఎ డే విల్ రైజ్ అండ్ ఫాల్
ఒకరు శ్రేయస్సు మరియు ఆస్తిని
వదిలివేస్తారు
ఒక రోజు నిర్ణయించబడింది, ఒకరు
బయలుదేరాలి
ఈ రోజు నీది కాదు, ఆ రోజు నువ్వు
వెళ్లిపోయావు ॥

మీరు ఎప్పుడు వెళ్తారో ప్రపంచం
చెబుతుంది
ఎవరికీ తెలియని చోట ఎవరు
వెళ్తున్నారు?
మీరు పిలిచినప్పుడు అధ్యాయం
మూసివేయబడింది

చింతించకండి, కానీ మీరు సంతోషంగా
ఉండండి।

లైఫ్ ఈజ్ బట్ ఎ స్పాన్
జీవితం అన్ని కేకులు మరియు ఆలే కాదు
అపాయింట్‌మెంట్ ఖచ్చితంగా ఉంది,
లైఫ్ లీవ్స్ ఖచ్చితంగా
మీరు చనిపోయినప్పుడు మీ గుండె
ఏడుస్తుంది।

సోల్ విల్ విల్
మీరు సూప్‌లో ఉన్నారు, రోజు మీది
కానప్పుడు
గుండె కలత చెందుతుంది, ఆత్మ
కలవరపెడుతుంది
మీరు వెళ్లిపోయిన రోజు
మూసివేయబడింది।

మీ బకాయిలను తీర్చడానికి ఆత్మ
తిరుగుతుంది
గుండె నిందలు, జీవిత శాపాలు
డేస్ ఎండ్ గా, ది సోల్ రిటైర్ అవుతుంది
సోల్ కన్సోల్స్ మరియు సోల్ రిగ్రెట్స్।

ఓ గాడ్, సేవ్ ది సోల్।
ఓ ప్రభూ, ఆత్మను నిందించవద్దు।

హెవెన్ ఏంజెల్‌లో నృత్యాలు చేస్తారు,
కదలండి మరియు అందంగా ఎగరండి,
చక్కటి దుస్తులు ధరించి, మనోహరంగా
కనిపించే దేవదూతలు, ఇతర
దేవదూతలతో బాగా ఆడుతున్నారు. ఈ
దేవదూతలు దాదాపు ప్రతిసారీ డ్యాన్స్
చేయడం ఆనందిస్తారు.

బ్యూటీ సాంగ్స్ అంటే ఏంజిల్స్.
ఏంజెల్ లైక్ బ్యూటీ

బ్యూటీ గర్ల్ లాంటి ఏంజెల్‌ని చూశాను
బ్యూటీ ఆఫ్ ది వరల్డ్, ఐ సా ఇన్ హర్ ఐస్
ప్రకృతి ఆమెను ఆశీర్వదించింది, నేను
ఆమెను మెచ్చుకున్నాను
అనేక పుష్పాలు ఆమెను ఆరాధించాయి ॥

బ్యూటీ క్వీన్ ప్రపంచాన్ని చుట్టుముట్టింది
ఏంజెల్ బ్యూటీ వాజ్ అవుట్ ఆఫ్ మై రీచ్
ఆలోచనలు నిష్క్రియంగా మారాయి,
అందం నా దృష్టిని కోల్పోయింది
నేను నా సహనాన్ని కోల్పోయాను, ॥

వెయిట్ అండ్ వెయిట్ ఫర్ హర్ టు మీట్
సంగ్రహావలోకనం పొందడానికి
సంవత్సరాలు గడిచాయి
నేను రాత్రులు నా కలలలో గడిపాను

నేను మేల్కొన్నప్పుడు, నా కలలు
చెదిరిపోయాయి॥

ఏంజెల్ అందం కోసం కలలు కనడం
తప్పు కాదు
బ్యూటీ స్టైల్స్‌ని ఆరాధించడం పాపం
కాదు
పోయిన సమయం జీవితంలో మళ్లీ
దొరకదు
సమయాన్ని వృధా చేయడం జీవితంలో
ఒక తప్పు॥

కానీ, టైమ్స్ వేస్టింగ్ ఎ బ్లండర్ ఇన్ ది
లైఫ్॥
కానీ, టైమ్స్ వేస్టింగ్ ఎ బ్లండర్ ఇన్ ది
లైఫ్॥

హెవెన్స్ ప్లానెట్ ఏంజెల్ విశాల్‌ని కింగ్ కాంగ్ రాజ్‌లో మెచ్చుకున్నాడు, ఎందుకంటే అతను కింగ్ కాంగ్ రాజ్ చెడు అంశాలతో పోరాడుతున్నందున అతని ధైర్యం మరియు చురుకైన స్వభావం.

ఒక రోజు, హెవెన్స్ ప్లానెట్ ఏంజిల్స్ విశాల్‌ను హాస్పిటాలిటీ ట్రిప్‌కి హెవెన్స్ ప్లానెట్‌కి ఆహ్వానిస్తుంది. అన్నీ సబ్జెక్ట్ ఆధారిత అంశాలపై చర్చించారు.

హెవెన్స్ ఏంజిల్స్ కూడా విశాల్ మరియు అతని బృందం ద్వారా కింగ్ కాంగ్ రాజ్‌ని తొలగించడానికి ఆసక్తి చూపుతుంది. విశాల్ దీనికి అంగీకరిస్తాడు మరియు కింగ్ కాంగ్ రాజ్ త్వరలో యుద్ధంలో ఎలిమినేట్ అవుతాడని హెవెన్స్ ఏంజెల్స్‌కు హామీ ఇస్తాడు.

హెవెన్స్ ఏంజిల్స్ భౌతిక అదృశ్యం వంటి కొన్ని సూపర్ నేచురల్ పవర్స్ ఇస్తుంది, మరియు కనిపించడం, విశాల్ ఒక ప్రదేశం నుండి మరొక ప్రదేశానికి వెళ్లగలడు. శత్రువులతో యుద్ధరంగంలో పోరాడుతున్నప్పుడు శక్తివంతమైన, పాడైపోలేని మరియు సురక్షితమైన విశాల్ వంటి హెవెన్స్ ప్లానెట్ చిహ్నాలతో కూడిన ప్రత్యేక కత్తి వంటి మందుగుండు సామగ్రికి విశాల్ మద్ధతును కూడా పొందుతాడు.

ఖడ్గం యొక్క ఈ ప్రత్యేక ప్రదర్శనకు విశాల్ చాలా సంతోషంగా ఉన్నాడు. విశాల్ హెవెన్స్ ప్లానెట్‌లో చాలా ఎంజాయ్ చేస్తున్నాడు. విశాల్ డ్రింక్స్, డ్యాన్స్, పాటలు పాడుతున్నాడు.
కింగ్ కాంగ్ రాజ్ ఎలిమెంట్స్‌తో విశాల్ తలపడక ముందు, దుష్ట మొక్క యొక్క ఈ పెద్ద దుష్ట పాలకులు ఆనందం మరియు

వినోదాన్ని పొందడం కోసం హెవెన్లోని దేవదూతలపై క్రమం తప్పకుండా దాడి చేసేవారు. కానీ, ఏంజెల్స్ ఎట్ ది హెవెన్ కింగ్ కాంగ్ రాజ్ ఎలిమెంట్స్ నుండి ఈ దాడుల బాధలను హెవెన్లోని తమ బాస్కి నివేదించేవారు. కానీ, కింగ్ కాంగ్ రాజ్ అనుచరులతో పోరాడడంలో బాస్ బలహీనంగా ఉన్నాడు. కొన్నేళ్లుగా ఈ తరహా వేధింపులు కొనసాగుతున్నాయి. విశాల్ మరియు అతని బృందం ఈ గ్రహం వద్ద కింగ్ కాంగ్ రాజ్ను నాశనం చేసి నాశనం చేయగలిగారు. ఈ అంశాలు, చెడు వ్యవస్థ మరియు మాయ కూడా ప్లానెట్లో పూర్తి స్వింగ్లో ఉన్నాయి, కింగ్ కాంగ్ రాజ్ పాలించే అంచున ఉన్నారు.

విశాల్ మరియు అతని సహచరులు ఈ చెడు చెడులను మరియు అంశాలను పూర్తిగా నాశనం చేయాలని నిర్ణయించుకున్నారు. విశాల్ అన్ని రకాల కత్తులు మరియు ఆయుధాలను కలిగి ఉన్నాడు, వాటితో కింగ్ కాంగ్ రాజ్ను పగులగొట్టవచ్చు మరియు చెత్తలో పడేయవచ్చు. విశాల్ మరియు అతని బృందం ఈ దుష్ట వ్యవస్థను అంతం చేసే వరకు పోరాడాలని నిర్ణయించుకున్నారు.

ఒక సుప్రభాతం విశాల్ మరియు అతని బృందం కింగ్ కాంగ్ రాజ్ బెటాలియన్‌పై దాడి చేసి సైనికులందరినీ నిర్దాక్షిణ్యంగా చంపారు. చివరగా కింగ్ కాంగ్ రాజ్ కూడా సుదీర్ఘ యుద్ధం ద్వారా చంపబడ్డాడు. విశాల్ మరియు అతని బృందం చేసిన ఈ సుదీర్ఘ పోరాటం కారణంగా, విశాల్ తీవ్రంగా గాయపడ్డారు మరియు తీవ్ర రక్తస్రావం జరిగింది మరియు పరిస్థితి విషమంగా ఉంది. కింగ్ కాంగ్ రాజ్ బెటాలియన్ తొలగించబడింది. కింగ్ కాంగ్ రాజ్ యుద్ధంలో మరణించాడు. విశాల్‌కి దేవదూతలు స్వర్గంలో విజయ సంకేతం ఇచ్చారు. దేవదూతలందరూ సంతోషించారు.

విశాల్ మరణశయ్య వద్ద, దేవదూతలు అతని వద్దకు వచ్చి త్వరగా కోలుకోవాలని ప్రార్థించారు. భవిష్యత్తులో, తగిన సమయంలో వారు అతనిని ఆశీర్వదించారు; విశాల్ పేద మరియు భరించలేని సహనానికి సహాయం చేసే మంచి డాక్టర్‌గా భూమి వద్ద పునర్జన్మ తీసుకుంటాడు. ఈ దీవెన మరియు బహుమతి నిజమైన హీరో విశాల్‌కు అందించబడింది.

ఒక సందర్భంలో, కింగ్ కాంగ్ రాజ్ యొక్క భారీ పురుషులు ఆరు అందమైన హెవెన్లీ ఏంజిల్స్ని కిడ్నాప్ చేసి కింగ్ కాంగ్ రాజ్ ప్లానెట్ వద్ద నిర్బంధించారు. ఈ దేవదూతలందరూ బలవంతంగా కింగ్ కాంగ్ రాజ్ సైనికులకు వినోదాన్ని అందించాలని ఆదేశించారు. కింగ్ రాజ్ కూడా ఈ హెవెన్లీ ఏంజిల్స్తో చాలా ఆనందిస్తాడు. ఈ దేవదూతలు హెవెన్లీ ప్లానెట్ పాలకుల నుండి కొన్ని సహాయాల కోసం బంధించబడ్డారు. ఈ విషయం తన సహచరుల ద్వారా కింగ్ కాంగ్ రాజ్ హీరో మరియు ప్రత్యర్థి వింగ్ లీడర్ అయిన విశాల్ దృష్టికి వచ్చింది. కింగ్ కాంగ్ రాజ్ కస్టడీ బారి నుండి ఈ ఆరుగురు ఏంజిల్స్ను రక్షించేందుకు విశాల్ మరియు టీమ్ ప్రయత్నిస్తారు. వ్యాయామంలో, విశాల్ బృందం అతని ప్రత్యర్థి సైనికులపై దాడి చేస్తుంది మరియు కింగ్ కాంగ్ రాజ్ యొక్క చెడు అంశాల నుండి దేవదూతలను విడిపించడానికి కీలకమైన పోరాటం చేసింది. కానీ ఎట్టకేలకు, విశాల్ మరియు అతని బృందం మొత్తం ఆరు ఏంజెల్స్ను రక్షించడంలో విజయం సాధించింది. విశాల్ ఈ దేవదూతలను వారి స్వర్గ గ్రహానికి పంపాడు, అక్కడ మొత్తం సమస్య

కథను స్వర్గ గ్రహం వద్ద స్వర్గపు రాణికి వివరించాడు

సిక్స్ ఏంజిల్స్ ఈ క్రింది విధంగా వివరిస్తుంది:
దెయ్యం పూసినట్లు నల్లగా ఉండదు.
దెయ్యానికి చాలా విషయాలు తెలుసు, ఎందుకంటే అతను పెద్దవాడు.
దెయ్యం సిలువ వెనుక దాగి ఉంది.
దెయ్యం పాపాన్ని మందలిస్తుంది.

హెవెన్స్ ప్లానెట్‌లో, విశాల్ ప్రేమగల వ్యక్తిగా మారతాడు మరియు స్వర్గపు రాణి తగిన సమయంలో విశాల్‌ను గౌరవించాలని కోరుకుంది.

అన్ని దేవదూతలను రక్షించేటప్పుడు, విశా, (నిజమైన హీరో) అన్ని రకాల అవరోధాలు, ఇబ్బందులు, గాయాలను కూడా ఎదుర్కోవలసి ఉంటుంది. విశాల్ సైనికులు కూడా గాయపడ్డారు.

ఈ రెస్క్యూ ఆపరేషన్‌లో అన్ని మలుపులు కనిపిస్తాయి.

విశాల్‌ని హెవెన్స్ ప్లానెట్‌కి తీసుకెళ్లడానికి విశాల్‌కి హెవెన్స్ ప్లానెట్ నుండి

ప్రత్యేకమైన "పుష్పక్ ఫ్లయింగ్ చారియట్" వచ్చింది. విశాల్, ఆహ్వానంపై ఈ ప్రత్యేక ఫ్లయింగ్ రథ పుష్పక్‌పై హెవెన్లీ ఏంజెల్స్ ప్లానెట్‌కు బయలుదేరారు. ఇతర గ్రహాలు కూడా విశాల్ చూడగలిగేటటువంటి పుష్పక రథం చాలా ఆహ్లాదకరంగా ఉంది. ఈ పుష్పక్ రథం హెవెన్లీ ఏంజెల్స్ ప్లానెట్‌కు చేరుకుంది, అక్కడ "క్వీన్ ఆఫ్ హెవెన్స్" విశాల్‌కి అందమైన పాటతో ఘన స్వాగతం పలికింది.

విశాల్ మరియు అతని గుర్తింపు పొందిన టీమ్ సభ్యులకు మంచి మరియు ఉత్తేజకరమైన స్వాగతం లభించింది రిసెప్షన్. విశాల్ ఇంకా పెళ్లి చేసుకోకపోవడంతో విశాల్ చాలా ఎంజాయ్ చేస్తున్నాడు.

కింగ్ కాంగ్ రాజ్ తనను తాను కమాండ్ చేయలేని ఇతరులకు కమాండ్ చేయడం తగదని విశాల్ తన టీమ్ సభ్యులతో చెప్పాడు.

పిల్లలు మరియు బాతు పిల్లల నోటి నుండి నిజం వస్తుంది.
కల్పన కంటే సత్యం విచిత్రమైనది.
నిజం బావి అడుగున ఉంది.

ముఖస్తుతులు కలిసినప్పుడు, దెయ్యం
భోజనానికి వెళుతుంది.
చిటికెడు రాగానే పాత షూ గుర్తుకొస్తుంది.
ఎప్పుడూ చేదు రుచి చూడని వారికి తీపి
ఏమిటో తెలియదు.
వెల్వెట్ పాదాలు పదునైన పంజాలను
దాచి పెడతాయి.
మనం దానిని కోల్పోయే వరకు ఏది
మంచిదో మనకు తెలియదు.
ఎముకలో పెంపకం చేయబడినది
మాంసం నుండి బయటకు రాదు.
"దెయ్యం వీపుపైకి వచ్చినది అతన బొడ్డు
కింద ఖర్చు అవుతుంది.
ఒకరి స్వంత చివరి పాదంతో ఇతరుల
పాదాలను కొలవడం.
ఒకరి వీపును కప్పడానికి ఒకరి బొడ్డును
దోచుకోవడానికి.
కుందేలుతో రమ్ మరియు హౌండ్స్తో
వేటాడేందుకు.
ఎవరికైనా తన సొంత మందుల
మోతాదుతో చికిత్స చేయడం.
ఒక కన్నుతో ఏడవడం, మరో కన్నుతో
నవ్వడం.
మీకు తెలియని దెయ్యం కంటే మీకు
తెలిసిన దెయ్యం మంచిది.
మన మీద మనం తెచ్చుకునే చెడులను
భరించడం చాలా కష్టం.

గతించిన నీటితో మిల్లు రుబ్బుకోదు. ఒక్క మనిషి స్వరం ఎవరి గొంతు కాదు. మెదడు కోసం ఖర్చు చేసిన డబ్బు ఎప్పుడూ వ్యర్థంగా ఖర్చు చేయబడదు. డెవిల్ డ్రైవ్ చేసినప్పుడు అవసరం.

చెడుగా రూపొందించిన కింగ్ కాంగ్ రాజ్ జీవితంతో ఒక వస్తువును సృష్టిస్తాడు (ప్రజల ఆస్తులను దెబ్బతీసే, ఇతరులకు గాయాలు చేసే, రక్కసి మరియు భయాందోళనలను సృష్టించే పెద్ద విషయం. ఈ విషయం పేరు "బ్యాంగ్" అని విశాల్ ఏరియాకు ఇబ్బందిని సృష్టించడం కోసం పంపబడింది. ఈ 'బ్యాంగ్' తన అతీంద్రియ శక్తులను ఉపయోగించుకునే అధికారం పొందింది. "కింగ్ కాంగ్ రాజ్" నిర్మూలించబడేంత వరకు ఈ వస్తువు ఎవరిచేత దెబ్బతినదు లేదా చంపబడదు. ఈ "బ్యాంగ్" అంశం చాలా శక్తివంతమైనది, ఎవరూ తోక ఊపలేరు. మరియు ఏదైనా కత్తి లేదా బాకు లేదా బాణం లేదా పదునైన ఆయుధం ఈ "బ్యాంగ్" చెడును చంపలేదు. ఈ "బ్యాంగ్" విశాల్ అనుచరులు మరియు సైనికులందరినీ ఇబ్బంది పెట్టడానికి మరియు దెబ్బతీయడానికి మరియు బెటాలియన్ను

బలహీనపరిచేందుకు 'కింగ్ కాంగ్ రాజ్' ద్వారా సూచించబడింది.

ప్రజలను భయభ్రాంతులకు గురిచేస్తున్న, ఆస్తులను పాడుచేసే మరియు విశాల్ అనుచరులు మరియు సైనికులకు గాయాలు చేసే ఈ "బ్యాంగ్" విషయం గురించి విశాల్ ఎట్ ది ప్లానెట్ గురించి కొంచెం ఆందోళన చెందాడు.

"బ్యాంగ్" విషయం వైపు నుండి ఈ వేధింపులు మరియు సమస్యలను సృష్టించడం సాధారణ లక్షణంగా మారింది. చాలా మంది సైనికుల వద్ద అంత ఆయుధాలు లేదా కత్తులు లేదా పదునైన బాకులు లేవు. ఇప్పటికీ "బ్యాంగ్" విశాల్ సైనికులచే దాడి చేయబడుతోంది, కానీ ఫలించలేదు. "బ్యాంగ్" విషయానికి ప్రతిఘటన ఉన్నప్పటికీ, విశాల్ సైనికులు మరియు అనుచరులు ఈ "బ్యాంగ్" విషయాన్ని చంపి, తొలగించలేకపోయారు.

కింగ్ కాంగ్ రాజ్ ప్లానెట్‌లో నిజమైన హీరో విశాల్ కొంచెం ఆందోళన చెందాడు. విశాల్ ఈ "బ్యాంగ్" విషయాన్ని తొలగించడానికి అన్ని ప్రయత్నాలు చేస్తాడు. అయితే కింగ్

కాంగ్ రాజ్ ని ఎలిమినేట్ చేయడంలో విశాల్ చాలా గట్టిగానే ఉన్నాడు. కాబట్టి, విశాల్ మరియు అతని సైనికులు ఆపరేషన్ను 'టాప్ సీక్రెట్ బాటిల్'గా ఉంచడం ద్వారా ఎటువంటి సూచన లేకుండా కింగ్ కాంగ్ రాజ్పై దాడి చేయాలని చివరి ప్లాన్ చేశారు.

దుష్ట కింగ్ కాంగ్ రాజ్ సూర్య యజ్ఞం చేస్తాడు:

కింగ్ కాంగ్ రాజ్, దుష్ట రాజు, దేవత సూర్యుని యొక్క గట్టి భక్తుడు. దుష్ట రాజు సూర్యుని నుండి ఆశీర్వాదాలు పొందడానికి, దుష్ట రాజు సూపర్ సహజ శక్తులను నిలుపుకోవడానికి పెద్ద "యజ్ఞం" (హోమం) చేస్తాడు. ఈ "యజ్ఞం" రెండు రోజుల పాటు కింగ్ కాంగ్ రాజ్ తన మనస్సును ధ్యానంతో ఏకాగ్రపరచవలసి ఉంటుంది, అయితే "యజ్ఞం" (హోమం) నిర్వహించబడుతుంది. ఈ "సూర్య యజ్ఞం" పూర్తి అయిన తర్వాత, సూర్య హోమం, రెండవ రోజు ముగింపులో, దుష్ట రాజు అదనపు అతీంద్రియ శక్తిని పొందుతాడు. ఇది దుష్ట రాజు యొక్క విశ్వాసం. సూర్యుని మరియు అతని సహచరులు మరియు సంబంధిత

దేవతలను ప్రార్థిస్తూ అగ్నితో చాలా 'హోమా'లు నిర్వహించవలసి ఉంటుంది. చాలా చెక్క ముక్కలు దుంగలు నెయ్యి మరియు ఇతర పదార్థాలు మరియు పదార్థాలు "యజ్ఞం" ప్రయోజనం కోసం 'అగ్ని హోమం' లో ఉంచాలి అంటే., అగ్నిలో ఈ 'అగ్ని హోమం' (ప్రార్థన), ఒక చదరపు రూపంలో మరియు రాళ్లతో ప్రత్యేక ఏర్పాటు ఈ "యజ్ఞ హోమం" నిర్వహించాలి. ఈ "అగ్ని యజ్ఞ హోమ ప్రార్థన" కోసం చాలా ప్రత్యేకమైన సుగంధ చెక్క కర్రలు, పెద్ద ఎత్తున కూడా సిద్ధంగా ఉంచబడ్డాయి. అతని "యజ్ఞం" ఎటువంటి అడ్డంకులు లేకుండా తీవ్రమైన ఏకాగ్రతతో నిర్వహిస్తే, సూర్యుని దేవుడు అతను కింగ్ కాంగ్ రాజ్‌కు శత్రువుల నుండి మరింత అజేయమైన శక్తులను అనుగ్రహిస్తాడు. ఇది కింగ్ కాంగ్ రాజ్ యొక్క దృఢమైన నమ్మకం, అతను అదే "సూర్య యజ్ఞం" (అగ్ని యజ్ఞం) చేసాడు మరియు సూర్యుని నుండి వచ్చిన శక్తులతో, కింగ్ కాంగ్ రాజ్ యుద్ధంలో అనేక యుద్ధాలలో విజయం సాధించాడు మరియు అతని ప్రత్యర్థులను ఓడించాడు. దుష్ట రాజు "సూర్య యజ్ఞాన్ని" నమ్ముతున్నందున అతను బలంగా ఉన్నాడు. కింగ్ కాంగ్ రాజ్ ఆశీర్వాదం

కోసం ఆశతో ఉన్నాడు. సూర్యుని దేవత. దీని ప్రకారం, దుష్ట రాజు కాంగ్ రాజ్ ఈ "సూర్య యజ్ఞాన్ని" రెండు రోజుల పాటు విజయవంతంగా నిర్వహించాడు. కానీ, ఆ సమయంలో, "మాయ", నుండి ఒక ప్రత్యేక సూపర్ పవర్. ది స్కై, సూర్యుని దేవత తరపున పెద్ద స్వరంతో ఈ క్రింది విధంగా చెప్పబడింది:

హే, కింగ్ కాంగ్ రాజ్, నీ శక్తి తగ్గిపోతోంది. ఎందుకంటే, మీ గత జన్మలో చాలా శక్తివంతమైన "యోగి రుషి" అయిన "మహర్షి" ద్వారా మీరు దుష్ట రాజుగా మారాలని శపించబడ్డారు. కాబట్టి, SUN మీకు సూపర్ పవర్‌ను అందించలేదు. కానీ సూర్యుడు మీ తదుపరి జీవితంలో మీకు మంచి జీవితాన్ని అందించగలడు. ఇవి SUN తరపున ఆకాష్ (ఆకాశం) నుండి "మాయ" చెప్పిన పదాలు మరియు అదృశ్యమయ్యాయి.

కింగ్ కాంగ్ రాజ్ వాయిస్ విన్నాడు మరియు అతను అదనపు సూపర్ పవర్‌లను పొందడంలో నిస్సహాయంగా ఉన్నాడు. కింగ్ కాంగ్ రాజ్ యొక్క బలమైన శత్రువు మరియు ప్రత్యర్థి అయిన విశాల్ నుండి తాను ఓటమిని

పొందబోతున్నానని కింగ్ కాంగ్ రాజ్‌కు బాగా తెలుసు. కానీ కింగ్ కాంగ్ రాజ్ మౌనంగా ఉన్నాడు మరియు బలహీనమైన శక్తుల గురించి తన సహచరులకు ఏమీ వెల్లడించలేదు. అయితే, "సూర్య యజ్ఞం" దుష్ట రాజు, కింగ్ కాంగ్ రాజ్ ద్వారా బాగా జరిగింది.

లెఫ్టినెంట్ రాబర్ట్, కింగ్ కాంగ్ రాజ్ ప్లానెట్ వద్ద విశాల్, వారియర్ యొక్క సన్నిహిత సహచరుడు.

లెఫ్టినెంట్ రాబర్ట్, కింగ్ కాంగ్ రాజ్ ప్లానెట్‌లో విశాల్‌కు రైట్ హ్యాండ్ మ్యాన్, పెద్ద ఎత్తు మరియు అధిక తెలివితేటలు కలిగిన బలమైన వ్యక్తి. రాబర్ట్ మంచి ప్లానర్ మరియు "కింగ్ కాంగ్ రాజ్"ని తొలగించే విషయంలో విశాల్ ఆలోచనలను అమలు చేస్తున్నాడు. రాబర్ట్ చాలా దూరంగా ఉన్న రాతి పర్వతాలపై ఒక పెద్ద రహస్య భవనాన్ని నిర్మించాడు, అక్కడ విశాల్ అనుచరులు మరియు సైనికులకు శిక్షణ ఇచ్చారు. అన్ని కత్తులు, పదునైన బాకులు, బాణాలు. మరియు ఇతర యుద్ధ సామాగ్రిని భద్రపరిచారు.విశాల్ మరియు లెఫ్టినెంట్ రాబర్ట్ తప్ప ఎవరూ ఇక్కడికి చేరుకోలేరు.కొత్తగా నిర్మించిన రహస్య

భవనంలో చాలా రహస్య సమావేశాలు మరియు చర్చలు జరిగేవి.కింగ్ కాంగ్ రాజ్ ను ఓడించడంలో సైనికులకు పూర్తి శిక్షణ ఇవ్వబడింది. ఈ ప్రదేశం కింగ్ కాంగ్ రాజ్ కి లేదా అతని సైనికులకు కూడా తెలియదు.

రాబర్ట్ తన అనుచరులకు నెలల తరబడి ఆయుధ శిక్షణ ఇచ్చేవాడు. ప్రత్యేకంగా నిర్మించిన ఆ భవనంలో మొత్తం బోర్డింగ్ మరియు లాడ్జింగ్ అందుబాటులో ఉంచారు.

స్వర్గపు రాణికి ఆహ్వానం:

విశాల్ ఆహ్వానంపై, "కింగ్ కాంగ్ రాజ్ ప్లానెట్" సమీపంలో ఉన్న "హెవెన్లీ ఏంజెల్స్ ప్లానెట్" నుండి "క్వీన్ ఆఫ్ హెవెన్స్" నేరుగా "క్వీన్స్ చారియట్"లో విశాల్ సభ్యులకు ప్రత్యేక కత్తిని అందించిన రహస్య భవనాన్ని సందర్శించారు. పోరాట శిక్షణ. కింగ్ కాంగ్ రాజ్ మరియు అతని సైనికులను ఎలా అంతమొందించాలనే దానిపై ఏంజిల్స్ రాణి విశాల్ తో చర్చించింది. "క్వీన్ ఆఫ్ హెవెన్స్" కూడా ఈ విషయంలో విశాల్ కు పూర్తి మద్దతునిస్తుందని సమావేశంలో హామీ ఇచ్చారు. "క్వీన్ ఆఫ్ హెవెన్స్" తగిన

సమయంలో "హెవెన్లీ ఏంజెల్స్ ప్లానెట్"ని సందర్శించాల్సిందిగా విశాల్ మరియు అతని గుర్తింపు పొందిన టీమ్ సభ్యులను ఆహ్వానించింది. ఈ ఆహ్వానం కోసం, విశాల్ 'క్వీన్స్' స్థలాన్ని సందర్శించడానికి అంగీకరించాడు.

స్వర్గ రథంలో విశాల్:

విజువల్ ప్లేస్ (కింగ్ కాంగ్ రాజ్ ప్లానెట్) నుండి హెవెన్స్ రథం బయలుదేరుతుంది. విజువల్ మరియు అతని గుర్తింపు పొందిన సభ్యులు ఈ హెవెన్స్ చారియట్‌లో ఉన్నారు. విజువల్ మరియు అతని బృంద సభ్యులను హెవెన్స్ క్వీన్ హెవెన్స్ ప్లానెట్‌కి ఆహ్వానించింది. ఈ రథం యొక్క ప్రత్యేకత ఏమిటంటే, 100 మీటర్ల చుట్టుకొలత వరకు ఎవరూ ఈ రథాన్ని చేరుకోలేరు, శత్రువుల నుండి ద్వేషపూరిత మూలకాల నుండి ఎవరికీ నష్టం జరగదు. ఈ రథంలో నక్షత్రాలు, చంద్రుడు, భూమి మరియు ఇతర చిన్న గ్రహాలను చూసి ఆనందించడానికి అన్ని సౌకర్యాలు ఉన్నాయి. క్వీన్ ఆఫ్ హెవెన్స్ ద్వారా స్వర్గ గ్రహంలో ఉపయోగించే రథం ఇది.

దుష్ట రాజు, కింగ్ కాంగ్ రాజ్ ఈ రథాన్ని దెబ్బతీయడానికి తన కల్పిత 'రాజు సైన్యాన్ని/సైనికులను పంపాడు. కానీ దుష్ట శక్తులు మరియు దుష్ట రాజు యొక్క సైనికులు ఈ రథాన్ని చేరుకునే సమయానికి, రథం అప్పటికే విశాల్ స్థానాన్ని స్వర్గపు రాణికి వదిలివేసింది. ఈ దుష్ట మరియు మాయ సైనికులు రథాన్ని దెబ్బతీయడానికి ఆకాశంలో రథాన్ని అనుసరించారు, కానీ రథాన్ని దెబ్బతీయడానికి చేసిన ప్రయత్నాలన్నీ ఫలించలేదు. ఈ రథాన్ని అనుసరించిన చెడు అంశాలు కూడా రథం యొక్క శక్తితో నిర్దాక్షిణ్యంగా చంపబడ్డాయి. కింగ్ కాంగ్ రాజ్ యొక్క చెడు మూలకం సైనికులందరూ చంపబడ్డారు మరియు ఆకాశం నుండి విసిరివేయబడ్డారు.

విశాల్ ఈ దృశ్యాలన్నింటినీ గమనిస్తూనే ఉన్నాడు. విజువల్ మరియు అతని బృంద సభ్యులు కూడా అతని దారిలో వచ్చిన అన్ని చెడు అంశాలను ఎదుర్కోవడానికి మరియు దాడి చేయడానికి సిద్ధంగా ఉన్నారు. డేంజరస్ మరియు ఇంతకు ముందెన్నడూ చూడని ఫైటింగ్ సన్నివేశాలు. అయితే, విజువల్ మరియు అతని బృంద సభ్యులు చెడు

అంశాలు మరియు చెడు మరియు క్రూరమైన పక్షులను తయారు చేయడంలో అన్ని ఇబ్బందులతో పోరాడుతున్నారు. ఈ రథం యొక్క శక్తి చాలా బాగుంది, ఎవరూ ఈ రథం దగ్గరకు చేరుకోలేరు, ఎందుకంటే ఈ ప్రత్యేక రథాన్ని సూర్యుని దేవుడు స్వర్గపు రాణికి బహుమతిగా ఇచ్చాడు. అదే విధంగా, క్వీన్స్ ప్లానెట్ నుండి కింగ్ కాంగ్ రాజ్ ప్లానెట్‌కు తిరిగి వస్తుండగా, అతని స్థానంలో విజువల్‌ను వదలడానికి, మరిన్ని అనూహ్య సంఘటనలు జరిగాయి. కానీ, విజువల్ ధైర్యంగా ఆ బ్యాడ్ ఎలిమెంట్ అటాక్‌లు అన్నీ వచ్చాయి. ప్రత్యేక ఖడ్గం బహుమతిగా ఇచ్చారు విజువల్‌కి కానీ క్వీన్ ఆఫ్ హెవెన్ చాలా శక్తివంతమైనది, విజువల్ క్వీన్ ఆఫ్ హెవెన్ బహుమతిగా ఇచ్చిన ఈ ప్రత్యేక శక్తితో కూడిన ఖడ్గాన్ని విజువల్ కోల్పోయేంత వరకు, ఏదైనా చెడు మూలకం యొక్క శత్రువు విజువల్‌కి చేరుకోలేరు.

నివాస ప్రాంతాలపై రాళ్లు/రాళ్లు పడుతున్నాయి:

ప్లానెట్ యొక్క జీవసంబంధమైన పరిస్థితుల కారణంగా, కొండ ప్రాంతాల

నుండి ఎక్కువ రాళ్ళు విరిగి పడిపోవడం ప్రారంభించాయి. కొన్ని పెద్ద రాళ్లు పగిలిపోయాయి. ఈ సంఘటనలకు కారణాలు సర్వసాధారణంగా కనిపిస్తున్నాయి. ఈ రకమైన ఆస్తి మరియు ప్రాణ నష్టం కొన్నిసార్లు సంభవిస్తుంది.

ఈ సమయంలో, విశాల్ అనుచరులు ఎవరైనా ప్రభావితమైన వారిని రక్షించడం ప్రారంభించారు. గాయపడిన వ్యక్తులకు ప్లానెట్ పని మరియు పర్యావరణ వ్యవస్థల ప్రకారం ఔషధ చికిత్సలు అందించబడ్డాయి. బాధిత ప్రజలందరికీ సహాయం చేయడానికి మరియు మద్దతుగా సామాజిక సేవలు కూడా విస్తరించబడ్డాయి. విశాల్ మనుషులు అందించిన సేవలన్నీ చాలా బాగున్నాయి మరియు ప్రజలందరికీ నచ్చాయి. ఇది విశాల్ మరియు అతని వింగ్/గ్రూప్‌కి ప్లస్ పాయింట్‌గా మారింది. విశాల్ పాలనలో విశాల్ పాలనా వ్యవస్థ ప్రజలందరికీ నచ్చింది.

కింగ్ కాంగ్ రాజ్‌కి ఈ విశాల్ సేవలు, మద్దతు మరియు సహాయం గురించి తెలిసినప్పటికీ, ఈ దుష్ట రాజు ఎప్పుడూ విశాల్ బృందం యొక్క సేవా

కార్యక్రమాలకు అంతరాయం కలిగించడానికి ప్రయత్నిస్తున్నాడు.

కింగ్ కాంగ్ రాజ్ ఎప్పుడూ ప్రజలను దోచుకోవడం, అల్లకల్లోలం చేయడం, అరాచకం సృష్టించడం, దోపిడీలు, విధ్వంసం, అత్యాచారాలు, విశాల్ వింగ్ ప్రాంతాలతో సహా తన ప్రత్యర్థుల ప్రాంతాల్లో చోరీలు చేస్తూ ఉండేవాడు. ప్రమాదకరమైన కత్తులు మరియు ఆయుధాలను కలిగి ఉన్న కింగ్ కాంగ్ రాజ్ యొక్క భారీ సైనికులపై దాడి చేయడానికి ఎవరూ సాహసించలేదు. ప్రజలందరూ అనేక ఆటంకాలను ఎదుర్కొంటూ సమస్యాత్మక ప్రాంతాల్లో నివసించడానికి అలవాటు పడ్డారు. దుర్మార్గుడైన రాజు సైనికులపై ప్రజలు దాడి చేయలేకపోయారు. ఇలా రోజులు గడిచిపోతున్నాయి.

ఈవెంట్ల మలుపు:

జనాలంతా విశాల్ వైపు తిరిగారు. నెమ్మదిగా ప్రజలు పోరాట వ్యవస్థలు మరియు విధానాలను నేర్చుకోవాలని నిర్ణయించుకున్నారు. చాలా మంది వ్యక్తులు విశాల్ విభాగంలో చేరారు

మరియు కత్తియుద్ధాలు, పదునైన ఆయుధాలతో బాణాలు వేయడం మొదలైనవాటిని నేర్చుకున్నారు. కింగ్ కాంగ్ రాజ్ దుష్ట అంశాలను వదిలించుకోవడానికి ప్రజలు కూడా తమ ప్రాణాలను త్యాగం చేయడానికి సిద్ధంగా ఉన్నారు. విశాల్ గ్రూపులో ఎక్కువ మంది చేరారు. ప్రజలు మంచి శిక్షణ పొందారు. ఏదైనా యుద్ధ క్షేత్ర దాడిని ఎదుర్కొనేందుకు పూర్తిగా సరిపోతాయి. విశాల్, లెఫ్టినెంట్ రాబర్ట్ మరియు ఇతర సన్నిహిత సహచరులు యుద్ధ రంగంలో పోరాట వ్యవస్థలో మరింత మందిని ఎదుర్కొనేలా శిక్షణ ఇవ్వడానికి చాలా కష్టపడ్డారు. విశాల్ మరియు వింగ్ కింగ్ కాంగ్ రాజ్ సైనికులపై దాడి చేసే అవకాశం కోసం ఎదురుచూస్తున్నారు. విశాల్ ఆలోచనాత్మకమైన కవితా గీతాన్ని ఈ క్రింది విధంగా పొందాడు:

స్టార్స్ ఆఫ్ స్టార్స్

నక్షత్రాలు, నక్షత్రాలు లేదా నక్షత్రాలు, ఫుల్ స్టార్స్, లక్కీ స్టార్స్, స్టార్స్ అండ్ స్టార్స్, వరల్డ్లీ స్టార్స్, వారు ఆకాశం నుండి పడిపోయిన నక్షత్రాలు ‖

స్టార్స్, మై డియర్ స్టార్స్,
స్వర్గం నుండి అన్ని నక్షత్రాలు,
స్టార్‌డమ్ టు స్టార్స్ అండ్ స్టార్స్,
విశ్వం నుండి అందాల తారలు ||

స్టార్స్ బేలో ట్రిమ్ చేసిన అందాలు,
దేవదూతలు స్వర్గంలో నక్షత్రాలను
అలంకరించారు,
స్కై స్టార్స్‌ను భూమికి ఎగిరేలా చేసింది,
ప్రకృతి ఆశీస్సులతో నక్షత్రాలు
నక్షత్రాలుగా మారాయి.||

స్టైలిష్ రోల్ కోసం మాస్ స్టార్స్‌ని
ఇష్టపడ్డారు,
గోల్డెన్ స్పూన్లు స్టార్స్ లైఫ్‌ను తాకాయి,
మిడాస్ టచ్ మూన్ లైట్ నుండి వచ్చింది,
స్టార్స్ స్టార్స్ లాగా స్టార్స్ ఇన్ ది స్కై
అయ్యాయి. ||

నా ప్రియమైన స్టార్, నేను మిమ్మల్ని
చేరుకోవాలని కోరుకుంటున్నాను.
నా మనోహరమైన చంద్రుడు, నాకు చల్లని
జీవితాన్ని కోరుకుంటున్నాను.
ఓ నీలి ఆకాశం, నీ ఎత్తును పెంచాలని
కోరుకుంటున్నాను

ఓ స్టార్, నా స్టార్‌ని స్టార్‌లా స్టార్‌గా మార్చుకోండి.||

ఈ విశ్వం యొక్క అందం మెరిసే నక్షత్రం,
ప్రకృతి జీవితం చంద్రుడి లాంటి అందం,
సూర్యుడు మరియు చంద్రునితో జీవితం గొప్పది,
నక్షత్రాలు మరియు చంద్రులతో స్నేహితుడిలా జీవించండి. ||

లెజెండ్స్ ఆకాశంలో నక్షత్రాలుగా మారాయి,
లెజెండ్స్ భూమిపై నక్షత్రాన్ని నడిపిస్తుంది,
లెజెండ్‌లు మరియు నక్షత్రాలు విశ్వానికి ప్రాణం.
లెజెండ్స్ జీవితం ఈ ప్రకృతికి ప్రాణం. ||

స్టార్రి స్కైలో శోధించండి మరియు శోధించండి,
ఆకాశంలో నక్షత్రం వలె మీ స్థానాన్ని నాకు చెప్పండి,
మీరు ఆకాశంలో నక్షత్రంలా వెలిగిపోతున్నారని ఆశిస్తున్నాను,
ఈ విశ్వం కోసం మీ కాంతిని చల్లుకోండి. ||

కింగ్ కాంగ్ రాజ్ రైట్ హ్యాండ్ గిల్బర్ట్:

గిల్బర్ట్, 'కింగ్ కాంగ్ రాజ్' ప్రణాళికలు మరియు ఆదేశాలను అమలు చేసే వ్యక్తి లాంటి మంత్రి. ఈ మంత్రి కూడా ఉమనైజర్ మరియు అతనితో ఎక్కువ సమయం గడపడానికి ఇష్టపడతారు స్త్రీలు. కానీ ఏకాగ్రత మరియు స్త్రీలు మరియు స్త్రీలతో ఆనందం కోసం ఎక్కువ సమయం గడుపుతారు. ఈ మంత్రి గిల్బర్ట్ ఎల్లప్పుడూ తాగిన స్థితిలో ఉంటాడు మరియు అతని అంగరక్షకులతో పాటు తన కండర శక్తిని ప్రదర్శిస్తాడు. గిల్బర్ట్‌కి ఒక కుడి చేతి ఉంది, జుంబా అనే సన్నగా ఉండే వ్యక్తి, మంత్రి గిల్బర్ట్ యొక్క కొన్ని ఇతర పనులను నిర్వహిస్తాడు. ఈ జుంబా, ఒక ఫన్నీ మరియు సన్నగా ఉండే వ్యక్తి, తాగుబోతు, స్త్రీవాదం మరియు పెళ్లి చేసుకోని జోకర్ కూడా.

గిల్బర్ట్ మరియు జుంబా ఎప్పుడూ కింగ్ కాంగ్ రాజ్ ఆదేశాలకు పూర్తిగా కట్టుబడి ఉండరు. ఈ ఇద్దరిలోని సోమరితనం, గిల్బర్ట్, ది మినిస్టర్ మరియు గిల్బర్ట్ యొక్క సహాయకుడైన జుంబాను నమ్మే బదులు కింగ్ కాంగ్ రాజ్ తన సైనికులను కొన్ని దాడులు, దోపిడీలు, దోపిడీలు

మొదలైన వాటి కోసం వ్యక్తిగతంగా ఆదేశించేలా చేసింది.

గిల్బర్ట్ కుమార్తె (Ms నైనా), గంభీరమైన మరియు దృఢమైన వ్యక్తిత్వం, యువకుడైనప్పటికీ, అతని చమత్కారమైన జోకుల కోసం సహాయకుడు మరియు జోకర్ లీన్ మ్యాన్ అయిన జుంబాను ప్రేమిస్తుంది. జుంబా గిల్బర్ట్ కుమార్తె శ్రీమతి నైనాను కూడా ఇష్టపడుతుంది. ఇద్దరూ రహస్యంగా కలుసుకుంటారు మరియు గాఢమైన ప్రేమలో పడతారు. గిల్‌బర్ట్‌కు ఈ విషయం తెలియదు ఎందుకంటే గిల్బర్ట్ కూడా తాగుబోతు మరియు స్త్రీవాదం మరియు మూడవ ప్రపంచంలో తిరుగుతున్నాడు.

జుంబా మరియు శ్రీమతి నియానా ఒక పాట పాడారు.

<u>ఓ మై లవ్</u>

ప్రేమ ప్రేమ ప్రేమ,
తంటా తంటా డాన్ ||

నీకు దూరంగా ఉన్నాను,
నిన్ను చేరుకోలేను,

నిన్ను కలవలేను,
లేదా మీరు నన్ను చేరుకోలేరు ॥

ప్రేమ ప్రేమ ప్రేమ,
తంటా, తంటా డాన్ ॥

శాంతి నుండి ఆనందం,
కత్తి నుండి దుఃఖం,
ప్రకృతి నుండి అందం,
విశ్వం నుండి లవ్లీనెస్ ॥

ప్రేమ ప్రేమ ప్రేమ,
తంటా తంటా డాన్ ॥

నీ గురించి ఆలోచిస్తూ
ఆలోచనలను గుర్తుంచుకుంటున్నాను,
నా ప్రేమ నీకు,
మీ నుండి వినడానికి సంతోషంగా ఉంది ॥

ప్రేమ ప్రేమ ప్రేమ,
తంటా తంటా డాన్ ॥

మునుపటి రోజులు భిన్నంగా,
పోయిన రోజులు రావు,
గత ప్రేమ ప్రేమగా మారుతుంది,
ఇప్పుడు బంగారు రోజులు చూడండి ॥

ప్రేమ ప్రేమ ప్రేమ,

తంటా తంటా డాన్ ||

నా హృదయం శూన్యం,
నా ఊపిరి భారంగా ఉంది,
మైండ్ బ్లాక్ అయ్యింది,
నీ కోసమే నేను ||

నా కలల్లో, ఊపిరిలో నువ్వే ఉన్నావు.
నా గుండెల్లో, నరాల్లో నువ్వే ||

ప్రేమ ప్రేమ ప్రేమ,
తంటా తంటా డాన్ ||

ఓ నా ప్రేమ,
ప్రేమ శూన్యం
నువ్వు లేని జీవితం లేదు,
మీరు లేకుండా అశాంతి ||

నాకు ఎలా తెలుసు?
నీ హృదయంలో ఉన్నది,
నేను ఎలా అంచనా వేయగలను,
నా భావాన్ని వ్యక్తపరిచే రోజు ఎంతో
దూరంలో లేదు ||

ప్రేమ ప్రేమ ప్రేమ,
తంటా తంటా డాన్ ||

మీరు అక్కడ ఉన్నారు,

నేను ఇక్కడ,
నీ కోసం నా ఆలోచన,
నీ ప్రేమ కావాలి ||

రోజులు గడుస్తున్నాయి,
ఒక రోజు మీకు అనుకూలంగా ఉంటుంది,
గాలిలో వ్రాయలేరు,
అంతరిక్షంలో పాడలేరు ||

ప్రేమ ప్రేమ ప్రేమ,
టాంటా తాన్యా డాన్,
హ హ హా,
హు హుహు,
తంటా తంటా డామ్ ||
....

ఇలా కొన్ని నెలలు గడిచాయి.

"మాయ" వాయిస్ (Ms. ఏంజెలీనా) నుండి. ది స్కై టు కింగ్ కాంగ్ రాజ్:

హే, కింగ్ కాంగ్ రాజ్, నా స్వరం ద్వారా ఇలా చెప్పమని సూర్యుడు నన్ను ఆదేశించాడు, శ్రీమతి ఏంజెలీనా చెప్పారు.

"మీ గత జీవితం ప్రకారం మీ సూపర్ నేచురల్ పవర్స్ తగ్గిపోతున్నాయి. మీరు మీ మునుపటి రోజులలో వలె బలంగా లేరు. మీరు మీ ప్రత్యర్థి యోధుడు విశాల్ చేత తొలగించబడతారు. మీ రోజులు లెక్కించబడ్డాయి. మీరు మీ మార్గాలను మార్చుకోండి. మీరు మారండి మీ వైఖరులు, మీరు మీ మైండ్ సెట్‌ని మార్చుకుంటారు, తద్వారా మీరు త్వరగా పగులగొట్టబడతారు.

అలాగే, మాయ వాయిస్ (Ms. ఏంజెలీనా) మీ ప్లానెట్ త్వరలో సూపర్ హరికేన్‌ను పొందుతుందని ప్రకటించింది, ఇక్కడ మీ ప్రజలు మరియు సైనికులు చాలా మంది తొలగించబడతారు లేదా చంపబడతారు లేదా అదృశ్యమయ్యారు. మీరు మానసికంగా చాలా బలహీనంగా ఉంటారు. మీ మైండ్ సెట్ మారలేదు. సూర్యుడు మీ పాలనకు మరియు మీ ఉనికికి అనుకూలంగా లేదు. మీకు కష్టమైన రోజులు ఉన్నాయి. గ్రహంపై మీ పదవీకాలం ప్రమాదంలో ఉంది. మీరు ఇకపై శాశ్వతంగా ఉండలేరు. ఇది మీకు కింగ్ కాంగ్ రాజ్ హెచ్చరిక - అని ఆకాష్ మాయ వాయిస్ (ఎంఎస్ ఏంజెలీనా) చెప్పి అదృశ్యమయ్యాడు.

కింగ్ కాంగ్ రాజ్ ఆందోళన:

కింగ్ కాంగ్ రాజ్ తీవ్ర ఆందోళనకు గురయ్యాడు. అతను తన రాజ్యంలో స్థిరపడలేకపోయాడు.

ఒకవైపు విశాల్, వారియర్ కింగ్ కాంగ్ రాజ్ కి గట్టి ప్రత్యర్థిగా మారారు. మరొక వైపు, విశాల్ యోధుడు కింగ్ రాజ్‌పై దాడి చేసి తొలగించడానికి ప్రయత్నిస్తున్నాడు. రాజు కాంగ్ రాజ్ భయాందోళనకు గురయ్యాడు, నిస్సహాయంగా, బలహీనపడ్డాడు మరియు మద్దతు తక్కువగా మారింది. కానీ కింగ్ కాంగ్ రాజ్ వద్దకు వెళ్లే అవకాశం లేదు, తన కార్యకలాపాలలో తన క్రూరత్వాన్ని మరియు మొండితనాన్ని ప్రదర్శిస్తూనే తన రాజ్యాన్ని నిర్వహించడానికి. కానీ, కింగ్ కాంగ్ రాజ్ తన రోజులు లెక్కించబడ్డాయని బాగా తెలుసు.

గ్రహం వద్ద హరికేన్:

ఆకాష్ "మాయ" శ్రీమతి ఏంజెలీనా వాయిస్ చెప్పినట్లుగా కొన్ని నెలల తర్వాత ప్లానెట్‌లో పెద్ద 'హరికేన్' వచ్చింది. హరికేన్ అపూర్వమైనది. మునుపెన్నడూ

చూడలేదు. చాలా మంది వ్యక్తులు తొలగించబడ్డారు మరియు గుర్తించబడలేదు. చాలా మంది ప్రాణాలు కోల్పోయారు. ఆస్తులు, భవనాలు దెబ్బతిన్నాయి. రాజ్యం ఘోస్ట్‌డమ్‌గా మారింది. అందరు తలదాచుకున్నారు.

కింగ్ కాంగ్ రాజ్ తన సైనికులకు / అనుచరులకు / ప్రజలకు సహాయం చేయలేకపోయాడు మరియు వారికి సహాయం చేయలేకపోయాడు, ఎందుకంటే హరికేన్ వినాశకరమైనది. ఇది హరికేన్ యొక్క తీవ్రమైన స్ట్రోక్. ఈ తుపాను కింగ్ కాంగ్ రాజ్ వింగ్ ప్రాంతంలో ఉంది. ఈ హరికేన్ కారణంగా కింగ్ కాంగ్ రాజ్ యొక్క సగం రాజ్యం ధ్వంసమైంది మరియు ధ్వంసమైంది.

కింగ్ కాంగ్ రాజ్ ఈ వర్షం మరియు హరికేన్ విధ్వంసంపై ఒక పాట పాడారు:

ఇది ఉరుములతో కూడిన ఉరుము,
రోలింగ్ అవే మేఘాలు,
బ్లాక్ క్లౌడ్ క్లాష్,
మంచు రాయితో మెరుపులు మరియు ఉరుములు ||

చీకటి మబ్బులతో వర్షం,
ఇది ప్రకృతి యొక్క కోపంతో కూడిన వర్షం,
భయానక శబ్దాలతో ఉరుములు మరియు వర్షం,
ప్రకృతి కోపం, ఇంతకు ముందెన్నడూ చూడలేదు ||

ప్రాణ భయంతో ఇంటి లోపల ఉన్న వ్యక్తులు,
సహజ కాంతి లేదు, ఆశ్రయం కోసం వెతుకుతోంది,
ప్రతిచోటా నీరు ప్రవహిస్తుంది,
ది డెడ్లీయెస్ట్ రైన్, స్టాండ్‌స్టిల్ లైఫ్. ||

శబ్దాలు మరియు శబ్దాలతో ప్రజలు భయపడ్డారు,
భయంతో ఉరుములతో కూడిన శబ్దాలు ప్రజలను పట్టుకున్నాయి,
జీవితం ఆగిపోయింది, కార్యాచరణ కనిపించలేదు.
ప్రకృతి శాపంతో సీజన్ అలాంటిది. ||
ఎక్కడికక్కడ చెట్లు కూలి,
శిథిలావస్థలో ఉన్న భవనాల కూలిపోవడం,
నీటితో నిండిన వీధులతో సరస్సుల ఓవర్-ఫ్లో

వీధులు సరస్సులుగా మారాయి, ప్రజలు నిస్సహాయులయ్యారు. ||

ఒకరు ఏమి చేయగలరు మరియు ఎవరు ఏమి చెప్పగలరు,
ఆశ్రయం లేదు, ఆహారం లేదు,
త్రాగడానికి నీరు లేదు, భోజనం చేయడానికి స్థలం లేదు,
మిషనరీ కనిపించనట్లుగా ప్రజలు సహాయం కోసం అరుస్తున్నారు. ||

ఈ సునామీ ఎప్పుడూ వినలేదు.
ప్రజలు నిశ్చేష్టులయ్యారు,
ప్రాణాలు కోల్పోయారు, భారీ నష్టాలు,
నష్టం, అన్నీ దెబ్బతిన్నాయి. ||

లెక్కలేనన్ని నష్టాలు మరియు నష్టం,
ఆస్తి నష్టం ఒక కోలుకోలేని నష్టం,
మేఘాల ఘర్షణతో ప్రజలు ధైర్యం కోల్పోతారు,
గ్రహ చరిత్రలో కనిపించే వర్షం విధ్వంసం ||

ప్రజల ఆశలు ఆశల రే,
సాధారణ స్థితికి రావడానికి ఓపికగా ఎదురుచూస్తూ,
పీపుల్స్ రిలీఫ్ నిట్టూర్పు,

సర్వశక్తిమంతుడు ప్రతిదీ సాధారణ స్థితికి చేరుకున్నట్లుగా గొప్పవాడు. ||

....

"మహర్షులు" మరియు "ఋషులు" సూర్యుడిని ప్రార్థిస్తారు:

ఈ గ్రహం మీద, చాలా మంది 'సాధువులు', 'మహర్షులు' మరియు 'రుషులు' కింగ్ కాంగ్ రాజ్ పాలనలో తమ దయనీయమైన దుస్థితిని పరిగణనలోకి తీసుకోవాలని సూర్యుడిని ప్రార్థించడం ప్రారంభించారు. ఈ రుషులందరిచే పెద్ద యాగాలు, యజ్ఞాలు మరియు హెూమాలు (అగ్ని ప్రార్థనలు) చేసిన తరువాత, సూర్యుడు రుషులను ఆశీర్వదించాడు మరియు కాలక్రమేణా ఈ గ్రహం "మహర్షి గ్రహం" అవుతుందని హామీ ఇచ్చింది. అలాగే, మహర్షి మరియు రుషుల భవిష్యత్తు ప్రయోజనం కోసం SUN కొన్ని అధికారాలను ఇచ్చింది. అలాగే, కింగ్ కాంగ్ రాజ్‌ని మరియు అతని చెడు ఎలిమెంట్‌లను ఓడించడంలో యోధుడు విశాల్‌కు మద్దతు ఇవ్వాలని SUN సూచించింది. ఈ విశ్వం యొక్క మంచి ఉనికి కోసం ఈ గ్రహం నుండి అన్ని మంచి కారణాలు జరగాలి. సూర్యుడు "యజ్ఞాలు

మరియు హోమ" స్థలంలో మహర్షి మరియు రుషులందరికీ నేరుగా ఈ వరం ఇచ్చాడు మరియు అదృశ్యమయ్యాడు. మహర్షి మరియు రుషులందరూ సంతోషంగా ఉన్నారు మరియు వారి సనాతన పని వ్యవస్థలపై ఎక్కువ దృష్టి పెట్టారు. క్రమం తప్పకుండా, ఈ గ్రహంలో "యజ్ఞాలు మరియు హోమాలు" నిర్వహించబడుతున్నాయి, ఇక్కడ సూర్యుడు "యజ్ఞం" ఉన్న ప్రదేశంలో ఎటువంటి ఇబ్బంది లేని కవరేజ్ ఆశ్రయాన్ని అందిస్తోంది.

ఆదిత్య మహర్షి:

ఒక మహర్షి అధిపతి పేరు ఆదిత్య మహర్షి. ఈ ఆదియ మహర్షి యోధుడైన విశాల్‌తో ఒప్పందం చేసుకున్నాడు.

అనే విషయంపై ఆదిత్య మహర్షి బృందం వారియర్ విశాల్‌తో సుదీర్ఘంగా చర్చించింది

సూర్యుని యొక్క హోమీ మరియు ఆశీర్వాదం గురించి కూడా విశాల్‌కు తెలియజేయబడింది, ఈ గ్రహం కొన్ని సంవత్సరాలలో "మహర్షి ప్లానెట్‌గా

మారుతుంది. దీని కోసం విశాల్ డి అతని ప్రధాన బృందం సంతోషంగా ఉంది. ఆదిత్య మహర్షి బృందానికి అన్ని భద్రతా మద్ధతు మరియు సహాయం అందిస్తామని విశాల్ హామీ ఇచ్చారు. ఆదిత్య మహర్షి సూర్యుని ప్రసన్నం చేసుకోవడానికి యజ్ఞాలు మరియు హెూమాలు క్రమం తప్పకుండా నిర్వహిస్తారు.

అప్పటి నుండి ఆదిత్య మహర్షి మరియు ఇతర సాధువులు మరియు సాధువులు ప్లానెట్ వద్ద "సూర్య యజ్ఞం మరియు సూర్య హెూమం" చేయడం ప్రారంభించారు. ఈ "యాగాలు మరియు హెూమాలు" ప్లానెట్‌లో సాధారణ లక్షణంగా మారాయి.

విశాల్, యోధుడు, కింగ్ కాంగ్ రాజ్ మరియు అతని బృందాన్ని నిర్మూలించడానికి వారు కొన్ని అతీంద్రియ శక్తులను ఇవ్వడానికి సిద్ధంగా ఉన్నారని ఆదిత్య మహర్షి మరియు రుషులు కూడా తెలియజేశారు. దీనికి విశాల్ అండ్ కోర్ టీమ్ సైనికులు సంతోషం వ్యక్తం చేసి అంగీకరించారు.

కింగ్ కాంగ్ రాజ్ "మహా ఋషి యజ్ఞాన్ని నిర్వహిస్తాడు

మరొక సందర్భంలో, దుష్ట రాజు, కింగ్ కాంగ్ రాజ్ "మహర్షులు", సాధు సన్యాసుల నుండి మరింత సానుభూతి శక్తులు మరియు ఆశీర్వాదాలను పొందేందుకు "మహా ఋషి యజ్ఞం" నిర్వహిస్తాడు. ఈ యజ్ఞం, కింగ్ కాంగ్ రాజ్ తన దుష్ట చర్యలకు మహా రుషులచే శపించబడలేదని నమ్ముతాడు. సాధు సన్యాసులు మరియు మహర్షులందరినీ సంతోషపెట్టడానికి మరియు సంతృప్తి పరచడానికి ఈ యజ్ఞం ఒక రోజు కోసం నిర్వహించబడుతుంది. ఈ యజ్ఞానికి ఆహ్వానితులందరికీ సాధు సాధువులు మరియు మహర్షుల ఇష్టానుసారం అన్ని రకాల కానుకలు, వస్త్రాలు మరియు ముగింపులో మంచి ఆహారంతో సత్కరిస్తారు. దుష్ట రాజు, కింగ్ కాంగ్ రాజ్ కొన్నిసార్లు సంతోషంగా మరియు సాఫ్ట్ కార్నర్‌గా భావించబడతాడు, అయితే అది అతని మునుపటి జీవితంలో చేసిన మంచి పనులు.

<u>కింగ్ కాంగ్ రాజ్ భార్య శ్రీమతి కిన్నెర.</u>

కింగ్ కాంగ్ రాజ్ భార్య శ్రీమతి కిన్నెర, చాలా అందమైన మహిళ, ఎల్లప్పుడూ ప్రజలందరికీ సాఫ్ట్ కార్నర్‌గా ఉంటుంది, సూర్యుడిని మరియు ఇతర దేవతలను ప్రార్థిస్తుంది మరియు పూజిస్తుంది, ఆమె ఒక సనాతన ధర్మం, అందరి శ్రేయస్సును కోరుకుంటుంది. శ్రీమతి కిన్నెర, కింగ్ కాంగ్ రాజ్ భార్య, ఎల్లప్పుడూ సపోర్టివ్, డైనమిక్ మరియు డాషింగ్ మరియు ప్లానెట్స్ గార్డెన్స్ మరియు మాన్యుమెంట్స్ నిర్వహణను చూసుకుంటారు. శ్రీమతి కిన్నెర యోధుడు విశాల్‌ను కూడా ఇష్టపడతారు ఎందుకంటే చెడు అంశాలను రక్షించడంలో అతని మంచి కార్యకలాపాలు ఉన్నాయి. కానీ శ్రీమతి కిన్నెర సాఫ్ట్ కార్నర్ అయినప్పటికీ, కింగ్ కాంగ్ రాజ్ దుష్టశక్తుల కారణంగా ఎవరికీ ఎటువంటి సేవా సహాయాన్ని అందించడంలో ఆమె నిస్సహాయంగా ఉంది. కింగ్ కాంగ్ రాజ్ ప్రవర్తనా వైఖరికి ఆమె భయపడుతుంది. అంతేకాకుండా, కింగ్ కాంగ్ రాజ్ ప్లానర్ వద్ద తన నియమావళిలో జోక్యం చేసుకోవడానికి యాంటీబాడీని ఎప్పుడూ అనుమతించడు. శ్రీమతి కిన్నెర కింగ్ కాంగ్ రాజ్ సుముఖత మరియు అనుమతి మేరకు "సూర్య యజ్ఞం" మరియు "మహా

రుషి యజ్ఞం" మరియు ఇతర సేవా ఆధారిత కార్యక్రమాలలో చురుకుగా పాల్గొంటారు.

ఒక మంచి రోజు, విశాల్ మరియు అతని సైనికులు మరియు అతని అనుచరులందరూ, విస్తారమైన ఆయుధాలు మరియు కత్తులతో, కింగ్ కాంగ్ రాజ్‌పై భయంకరమైన యుద్ధం చేసి, ఈ దుష్ట వ్యక్తి కింగ్ కాంగ్ రాజ్‌ను అంతమొందించి చంపారు. అదృష్టవశాత్తూ, విశాల్‌కి అతని ప్రత్యర్థులు కింగ్ కాంగ్ రాజ్ నుండి పెద్దగా ప్రతిఘటన లేదు. చివరగా, విశాల్ మరియు అతని సైనికులచే కింగ్ కాంగ్ రాజ్ దారుణంగా చంపబడ్డాడు.

వెంటనే, కింగ్ కాంగ్ రాజ్ మరణం తర్వాత, "బ్యాంగ్" విషయం కూడా అన్ని సూపర్ నేచురల్ పవర్స్ కోల్పోయి కుప్పకూలి చనిపోయింది.

మహానటుడు విశాల్‌కి 'కింగ్‌కాంగ్ రాజ్'లో విజయ సంకేతం వచ్చింది.

అయితే, విశాల్ కూడా తీవ్రంగా గాయపడి, తీవ్రంగా గాయపడి పరిస్థితి విషమంగా

ఉన్నాడు. చివరకు, విశాల్ ఎర్త్ ప్లానెట్‌లో పునర్జన్మ తీసుకున్నప్పుడు అన్ని ఆరోగ్య సంబంధిత సమస్యలకు సహాయం చేయడానికి మరియు మద్దతు ఇవ్వడానికి విశాల్ పునర్జన్మ తీసుకుంటాడని హెవెన్స్ ఏంజిల్స్ నుండి ఆశీర్వాదం పొందిన తర్వాత మరణించాడు.

=======

MANTRI PRAGADA MARKANDEYULU, Litt·D·,

Poet, Novelist, Song and Story Writer
B. Com, DBM, PGDCA, DCP
(Visited Nairobi-Kenya, East
Africa)

- **Rabindranath Tagore Memorial Award.**
- **CESAR VALLEJO AWARD 2021, UHE, Peru for Literary Excellence**
- **The Silver Shield Award from UHE, Peru for my Literary Excellence 2021.**
- **2021 GOLDEN EAGLE WORLD AWARD FOR LITERARY EXCELLENCE, HISPAN WORLD WRITERS' UNION Peru**
- **Gujarat Sahitya Academy and Motivational Strips LITERARY EXCELLENCE Honor**
- *"Royal Kutai Mulawarman Peace International Institute, Philippines"*
- *Royal Success International Book of Records 2019 Honor, Hyderabad-India*
- *Institute of Scholars Research Excellence Award-2020, Bangalore (India)*

- *Gujarat Sahitya Academy and Motivational Strips 2020 , Gujarat-India*
- *Hon. Doctorate in Literature from ITMUT, Brazil. (2019)*
- *Literary Brigadier (2018) from Story Mirror, Mumbai, India*
- *Spotlight Superstar (2018) from Story Mirror, Mumbai, India*
- *Golden Ambassador General for Development and Peace at World Peoples Forum @ TWPF/BTYA, Bangladesh*
- *State of Birland at Bir Tawil Recognized Poet*
- *RKMPII Nobility Award 2021*
- *RKMPII HEART OF GOLD NOBLES Certificate 2021*
- *ISFFDGUN Internationally Accredited Certificate 2021.*
- *Dr. Sarvepalli Radhakrishnan Ratan Award 2021 – WHRC*
- *Mahatma Gandhi Humanity Award 2021 – WHRC*

Plot 37, Anupuram, ECIL Post,
Hyderabad – 500062 - Telangana State (INDIA)
Email: mrkndyl@gmail.com

+91-9951038802
+91-8186945103
Twitter: @mrkndyl68